中泰专家合编　泰语学习必备

XINBIAN TAIGUOYU TINGLI JIAOCHENG

新编泰国语
听力教程

主编　李　莉（ฐิติชญา สิงห์หล้า）　陈锡尔

GEP 广西教育出版社
南宁

คำนำ

ความสัมพันธ์ระหว่างประเทศไทยและประเทศจีนพัฒนามา ๔๐ กว่า ปี ไม่ว่าจะเป็นด้านการค้า การเมือง เทคโนโลยี วัฒนธรรม หรือด้านการศึกษา ปัจจุบันมีนักศึกษาจีนจำนวนไม่น้อยที่สนใจ และเรียนภาษาไทยเป็นภาษาที่สอง และมีนักศึกษาไทยจำนวนไม่น้อย เช่นกันได้เข้ามาเรียนในประเทศจีน ด้วยเหตุนี้ความสัมพันธ์ทางด้านการ ศึกษาของทั้งสองประเทศจึงมีความเจริญก้าวหน้าอย่างมาก

เนื่องด้วย ผู้เขียนเล็งเห็นถึงความสำคัญของการเรียนภาษา ไทยของนักศึกษาจีน จึงได้จัดทำหนังสือเล่มนี้ขึ้นมา เพื่อพัฒนาทักษะ การเรียนภาษาไทยของผู้เรียนมากยิ่งขึ้น พื้นฐานของการเรียนภาษานั้น ต้องประกอบด้วย ทักษะการฟัง พูด อ่าน เขียน ซึ่งจะขาดสิ่งหนึ่งสิ่งใดไป มิได้เลย ทักษะการฟังถือเป็นทักษะสำคัญอย่างหนึ่งเช่นกัน

หนังสือเล่มนี้ ผู้เขียนมีจุดประสงค์เพื่อใช้สำหรับผู้เรียนภาษา ไทยในฐานะภาษาต่างประเทศ (ทั้งในสถาบันการศึกษาและผู้ที่ศึกษา เอง) ซึ่งสามารถใช้เป็นหนังสือประกอบการสอนในหลักสูตรวิชาภาษา ไทย ทั้งยังเหมาะสำหรับผู้สนใจและต้องการศึกษาภาษาไทยด้วยตนเอง อีกด้วย หนังสือการฟังภาษาไทยเล่มนี้ ได้เน้นทักษะการฟังในหลาก หลายสถานการณ์ที่ใช้จริงในชีวิตประจำวันของคนไทย โดยมีทั้งหมด ๑๒ บท เนื้อหาเกี่ยวกับการทักทายและการแนะนำ ครอบครัว งานอดิเรก สี ดินฟ้าอากาศ การนัดหมาย การซื้อของ การสั่งอาหาร การเดินทาง การเที่ยวเมืองไทย เทศกาลของไทย และอาหารไทยสี่ภาค โดยในแต่ละบทจะประกอบไปด้วยคำศัพท์และประโยคที่มักใช้ในสถานการณ์ นั้น ๆ รวมถึงแบบฝึกหัดการฟัง ซึ่งได้ออกแบบบทสนทนาที่มีความ เกี่ยวข้องกับเนื้อหาในแต่ละบท โดยในแต่ละบทจะมีแบบฝึกหัดการฟัง ๔-๕ เรื่อง จุดเด่นของหนังสือเล่มนี้คือ แบบทดสอบการฟังที่หลากหลายและ เป็นเนื้อหาที่ใช้ในสถานการณ์จริง เพื่อช่วยส่งเสริมและฝึกทักษะการฟังภาษา

ไทยให้กับผู้เรียน คลิปเสียงการฟังทั้งหมด ถูกบันทึกเสียงโดยอาจารย์คน
ไทยที่สอนสาขาวิชาภาษาไทย

ทั้งนี้ หนังสือเล่มนี้ได้จัดทำโดยอาจารย์ฐิติชญา สิงห์หล้า (李莉)
ซึ่งผู้จัดทำได้ศึกษาหาข้อมูลและทุ่มเทกับการรวบรวมเนื้อหาที่จำเป็นต่อ
ผู้เรียน   โดยอาศัยประสบการณ์สอนภาษาไทยให้กับนักศึกษาจีนใน
มหาวิทยาลัยต่าง ๆ ที่ประเทศจีนเป็นเวลา ๔ ปี โดยหนังสือเล่มนี้ได้ผ่านการ
ทดลองสอนและใช้จริงกับนักศึกษาจีนในระดับปริญญาตรีเป็นเวลาสองปี
โดยมีอาจารย์ 陈锡尔 เป็นผู้ขัดเกลาเนื้อหาการแปลภาษาจีน   ตลอดจน
ปรับปรุงแก้ไขให้เหมาะสมกับระดับภาษาของผู้เรียน

ผู้เขียนเชื่อว่า หนังสือเล่มนี้จะอำนวยประโยชน์ให้กับนักศึกษา
สาขาวิชาภาษาไทยหรือผู้สนใจ ตลอดจนอาจารย์ผู้สอนภาษาไทย
สามารถใช้เป็นเครื่องมือในการพัฒนาผู้เรียนในทักษะการฟัง เป็น
ประโยชน์ต่อวงการการศึกษา และการเรียนการสอนภาษาไทยในประเทศ
จีนได้เป็นอย่างดี

หนังสือเล่มนี้ ได้ร่วมกันเขียนระหว่างอาจารย์คนไทยและ
คนจีน โดยได้รับการสนับสนุนจากสำนักพิมพ์การศึกษากว่างซี ใน
การตีพิมพ์และจัดจำหน่าย ซึ่งผู้เขียนได้ทุ่มเทและใช้ระยะเวลาในการเขียน
ค่อนข้างนาน แต่ถึงอย่างไรก็อาจมีข้อบกพร่องอยู่บ้าง ซึ่งทางเรายินดี
น้อมรับคำชี้แนะและพร้อมปรับปรุงแก้ไขให้ดียิ่งขึ้น

ด้วยความปรารถนาดี
ฐิติชญา สิงห์หล้า (李莉)

前言

　　中国与泰国正式建立外交关系已有四十多年。在这期间，两国无论在政治、科技、文化、外贸还是教育方面都有着紧密合作。如今，有大批中国学生正在学习泰语；同时，越来越多的泰国学生来到中国交流学习，两国在教育方面的合作不断深入发展。

　　本教材编者考虑到中国学生学习泰语的需要，特编写本教材来帮助这些学习者提高泰语听力水平。听、说、读、写的能力是学习语言的基础，其中听力的培养是语言学习中的首要环节。

　　本教材主要为泰语学习者（包括在校学生及自学者）而编写，可以作为大学泰语专业的教材以及泰语爱好者的自学教材。教材内容主要涉及泰国人生活中的各种场景，书中还提供了大量的练习，帮助学习者训练泰语听力，提高泰语听力水平。教材分为12课，内容包括：问候与介绍、家庭、爱好、颜色、天气、约会、买东西、点餐、出行、泰国旅游、泰国节日、泰国四部美食等。每一课都设有重要单词，还有围绕课文听力材料设计的听力练习。本教材最大的特色是听力内容丰富，涉及面广，并且紧扣现实生活。为了更好地帮助学习者提升听力水平，本教材使用规范、地道的语言，录音内容全部由泰国语言专家朗读。

　　本书编者 ฐิติชญา สิงห์หล้า（李莉）曾在对中国学生（本科）的泰语教学中试用本教材，在两年的试用过程中，编者也对本教材的内容进行了调整和修改，使之与学习者的需求相适应。陈锡尔老师负责对教材中文翻译部分进行调整并润色，以便学习者能够更好地理解教材知识。

编者相信本教材能帮助学习者提高泰语听力水平，也能作为泰语教师的授课教材，促进泰语教学的发展。

　　本教材在编写中融入泰国教师与中国泰语教师长期教学过程中的经验和心血，也得到了来自广西教育出版社的大力支持。由于编者水平有限，错漏之处在所难免，恳请学界同人和广大读者批评指正。

编　者

ฐิติชญา สิงห์หล้า（李莉）

目录

แนะนำตัวละคร
角色介绍

ชื่อ คำแก้ว

นักศึกษาหญิง 女大学生

ชื่อ ตะวัน

นักศึกษาชาย 男大学生

คุณประชา

ประธานบริษัท 董事长

คุณสุนี

เลขาฯ 秘书

บทที่ ๑ การทักทายและการแนะนำ
第一课 问候与介绍

การทักทาย 问候

ประโยคที่มักใช้ในการทักทาย	问候常用句型
สวัสดีค่ะ / สวัสดีครับ	你好!
สบายดีไหม	你好吗?
เป็นอย่างไรบ้าง / เป็นยังไงบ้าง / เป็นไงบ้าง	你怎么样?
ไม่ได้เจอกันเสียนาน / ไม่ได้เจอกันตั้งนาน	好久不见!
สบายดีค่ะ/ครับ	很好。
ก็เรื่อย ๆ ค่ะ/ครับ	还可以。
ยินดีที่ได้รู้จักค่ะ/ครับ	很高兴认识你。
เช่นกันค่ะ/ครับ	我也是。
แล้วเจอกันใหม่ / แล้วพบกันใหม่	再见!
ดูแลสุขภาพด้วยนะคะ/นะครับ	注意身体。

คำสรรพนาม* 人称代词

第一人称	我（男）	ผม	กระผม	ข้าพเจ้า	
	我（女）	หนู	ฉัน	ดิฉัน	ข้าพเจ้า
	我们	พวกเรา	เรา		
第二人称	你（男）	คุณ	นาย		
	你（女）	คุณ	เธอ		
	您	คุณ	ท่าน		
	你们	พวกคุณ			

---

*李炳度.别笑! 我是泰语学习书［M］.北京：北京语言大学出版社，2012：46.

第三人称	他	เขา
	她	เธอ
	它	มัน
	他们	พวกเขา

คำศัพท์ 单词

ช่วงนี้	最近	ค่อนข้าง	比较
ทุก	每	พักผ่อน	休息
เป็นห่วง	关心	โอ้โห	哇!
เจอ	见	กลับ	回
เหงา	寂寞	สบายใจ	舒心
รูมเมท (roommate)	室友	ชอปปิง (shopping)	购物
คณะ	学院	สาขา	专业
เวียดนาม	越南	เดินทางปลอดภัย	一路平安
แฟน	男（女）朋友		
ไปไหนมาไหน	去哪儿；外出；进进出出		

แบบฝึกหัดการฟัง 听力练习题

1. ฟังและเติมเครื่องหมาย √ ในข้อที่ถูกต้อง และเติมเครื่องหมาย ×
   ในข้อที่ผิด 听录音，对的打 "√"，错的打 "×"。

(1) ผู้หญิงกับผู้ชายเจอกันทุกวัน　　　　　(　　)

(2) ผู้ชายงานยุ่งมาก　　　　　(　　)

(3) ผู้หญิงทำงานทุกวัน　　　　　(　　)

(4) ทั้งสองคนไม่รู้จักกัน　　　　　(　　)

(5) ผู้ชายเป็นห่วงผู้หญิง　　　　　(　　)

(1) ผู้ชายชื่อสมชาย ( )

(2) ผู้หญิงชื่อคำแก้ว ( )

(3) พวกเขาเป็นคนจีน ( )

(4) ทั้งสองคนรู้จักกันมานานแล้ว ( )

(5) ผู้ชายอยู่เมืองไทยมาสองปีแล้ว ( )

2. ฟังและเลือกข้อที่ถูกต้องที่สุด 听录音，选择正确的答案。

(1) ทำไมคำแก้วไม่ไปไหนมาไหนกับแฟน

ก. คำแก้วเลิกกับแฟนแล้ว

ข. คำแก้วไม่มีแฟน

ค. ไม่กล้าเดินกับแฟนเพราะอาย

ง. แฟนคำแก้วยุ่งมาก

(2) ตะวันอยากมีแฟนหรือไม่ เพราะอะไร

ก. ไม่อยากมีแฟน เพราะงานยุ่ง

ข. ไม่อยากมีแฟน เพราะสบายใจกว่า

ค. อยากมีแฟน เพราะไม่อยากเหงา

ง. อยากมีแฟน เพราะไม่ชอบอยู่คนเดียว

(3) คำแก้วจะไปที่ไหน

ก. มหาวิทยาลัย ข. หอพัก

ค. บ้าน ง. ร้านอาหาร

การแนะนำ 介绍

ประโยคการแนะนำตัว 自我介绍常用句型

ฉันชื่อ... / ผมชื่อ ... 我叫……

อายุ... ปี   ……岁

ฉันเป็นคน... / ผมเป็นคน...   我是……人。

การแนะนำผู้อื่น 介绍别人

นี่(คุณ)...ค่ะ/ครับ เป็น...ของ... ค่ะ/ครับ

这是＿＿＿＿（先生），是＿＿＿的＿＿＿。

<u>ตัวอย่าง</u>   นี่คุณ <u>สมชาย</u> ค่ะ เป็น <u>หัวหน้า</u> ของ <u>ดิฉัน</u>

                นี่ <u>อาจารย์สุนี</u> เป็น <u>อาจารย์</u> สอนภาษาไทยของ <u>ผม</u> ครับ

                นี่ <u>คำแก้ว</u> เป็น <u>เพื่อน</u> ของ <u>ผม</u> ครับ

3. ฟังและเติมคำลงในช่องว่าง 听录音，填空。

🎧④

(1) สวัสดีค่ะ ＿＿＿＿＿＿ สุนี เป็นเลขาฯของคุณประชาค่ะ

(2) ไม่ได้เจอกันเสียนาน คุณ ＿＿＿＿＿＿

(3) ผมชื่อมานะครับ เป็นคนจีน ＿＿＿＿＿＿ ทุกคนนะครับ

(4) แล้ว ＿＿＿＿＿＿ กันใหม่นะคะ

4. ฟังและโยงคำให้เชื่อมกันตามเนื้อหาที่ได้ยิน 听录音，将单词用线连 起来。

🎧⑤

สมชาย	19 ปี	คนจีน
คำแก้ว	18 ปี	คนไทย
มานะ	30 ปี	พนักงานบริษัท
มะลิ	20 ปี	นักศึกษา

5. ฟังและเติมคำในช่องว่าง 听录音，填空。

ชื่อ _____
อายุ _____ ปี
มาจากประเทศ_____

ชื่อ _____
อายุ ____ ปี
มาจากประเทศ_____

ชื่อ _____
อายุ _____ ปี
มาจากประเทศ _____

ชื่อ สมชาย
อายุ _____ ปี
มาจากประเทศ_____

6. ฟังตัวอย่างและฝึกพูดแนะนำเพื่อน 听录音后，模拟"介绍朋友"的情景进行练习。

คำแก้ว: สวัสดี ตะวัน

ตะวัน: สวัสดี คำแก้ว ไปไหนมาหรือ

คำแก้ว: ฉันไปชอปปิงกับรูมเมทมา นี่พิมพาเป็นรูมเมทของฉัน พิมพา นี่ตะวัน เพื่อนที่คณะของฉัน

พิมพา: ยินดีที่ได้รู้จักนะ ตะวัน

ตะวัน: เช่นกันครับ เธอเรียนสาขาอะไรหรือ

พิมพา: ฉันเรียนภาษาเวียดนาม ตะวันทานข้าวหรือยัง ฉันกับคำแก้ว กำลังจะไปหาอะไรทานอยู่พอดีเลย ไปด้วยกันไหม

ตะวัน: ผมทานแล้วครับ ขอบคุณที่ชวน ไว้วันหลังแล้วกันนะครับ

พิมพา: งั้นพวกเราไปก่อนนะคะ แล้วเจอกันค่ะ

ตะวัน: ครับ แล้วเจอกันใหม่ครับ

7. ฟังและเขียนตอบคำถาม 听录音，将正确的答案填在横线上。

(1) สุนีไปพบใคร

_____

(2) หลังจากเรียนจบแล้ว สุนีทำอะไร

_____

(3) ตอนนี้สุขภาพของเขาเป็นอย่างไร

_____

(4) สุนีแนะนำอะไรให้เขา

_____

课外练习

เกมคำศัพท์ บิงโก

B	I	N	G	O
		FREE		

กติกา ให้นักศึกษาเขียนตามคำบอก โดยจะเลือกเขียนลงในช่องไหนก็ได้(ช่องละ ๑ คำเท่านั้น) จากนั้นอาจารย์จะเลือกคำศัพท์ที่เขียนไปแล้วมา ๔ คำ และให้นักศึกษาวงกลมคำศัพท์นั้น ๆ โดยใครที่วงกลมคำศัพท์ทั้ง ๔ คำเรียงกันในแนวตั้ง แนวนอน หรือแนวทแยงจะเป็นผู้ชนะ

规则：学生将听到的单词写在BINGO表格里，写在哪一格都行（一格一个单词），然后老师从听写的单词里选四个出来，并让学生圈出这四个单词。如果学生能将这四个单词连成直线、横线或者斜线就算胜利。

บทที่ ๒ ครอบครัว
第二课 家庭

สมาชิกครอบครัว 家庭成员

พ่อ	父亲	แม่	母亲
พี่สาว	姐姐	น้องสาว	妹妹
พี่ชาย	哥哥	น้องชาย	弟弟
น้า	舅舅，小姨	อา	叔叔，姑姑
ลุง	伯伯	ป้า	姑妈，大姨
ปู่	爷爷	ย่า	奶奶
ตา	外公	ยาย	外婆
พี่เขย	姐夫	พี่สะใภ้	嫂子
น้องเขย	妹夫	น้องสะใภ้	弟媳
หลานสาว	侄女	หลานชาย	侄子
ญาติ	亲戚	ลูกพี่ลูกน้อง	(堂)表兄弟，(堂)表姐妹
พี่น้อง	兄弟姐妹		

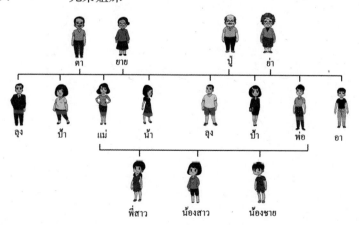

ประโยคเกี่ยวกับครอบครัว　家庭常用句型

ครอบครัวของคุณมีกี่คน　你家有几口人？

ครอบครัวของฉันมี...คน　我家有……口人。

มีคุณพ่อ คุณแม่ และน้องชาย　有爸爸、妈妈和弟弟。

คุณมีพี่น้องกี่คน　你有几个兄弟姐妹？

คุณพ่อของคุณทำงานอะไร　你爸爸做什么工作？

คำศัพท์　单词

ต่างประเทศ	国外	เชียว	极其，非常
แต่งงาน	结婚	โสด	单身
ปาร์ตี้	聚会	ลูกสาว	女儿
ลูกชาย	儿子	สุด	最……
ตรงกันข้าม	对面	ลูกชายคนโต	大儿子
ลูกสาวคนโต	大女儿	ลูกชายคนเล็ก	小儿子
ลูกสาวคนเล็ก	小女儿	ลูกคนเดียว	独生子
พร้อมหน้าพร้อมตา	团聚，聚集	เสีย / เสียชีวิต	去世
ค้าง	过夜	ตามสบาย	（请）随意
ธุระ	事情	น่าอิจฉา	羡慕
ม. / มัธยม	中学	ตำรวจ	警察
นัด	约	แวะ	顺便
เจ้าโปรด	喜欢的食品店	เยี่ยม	探望
ข้าราชการ	公务员		
กระทรวงศึกษาธิการ	教育部		

แบบฝึกหัดการฟัง 听力练习题

1. ฟังและทำเครื่องหมาย √ ในข้อที่ตรงกับเนื้อหา 听录音，在正确的
答案前面打钩。

(1) พวกเขาดูรูปครอบครัว ครอบครัวของคำแก้วมีกี่คน

☐ 6　　　　☐ 7　　　　☐ 8　　　　☐ 9

(2) ครอบครัวของคำแก้วมีใครบ้าง

☐ พ่อ　　　☐ แม่　　　☐ พี่สาว　　☐ น้องสาว

☐ พี่ชาย　　☐ น้องชาย　☐ ปู่　　　☐ ย่า

☐ ตา　　　☐ ยาย　　　☐ ป้า　　　☐ ลุง

2. ฟังและเขียนสมาชิกในครอบครัวของ "ฉัน" 听录音后填写 "我" 的
家庭成员。

11

3. ฟังและเลือกข้อที่ถูกต้องที่สุด 听录音，选择正确的答案。

(1) พวกเขาอยู่ที่ไหน

    ก. บ้านของฉัน   ข. บ้านของสมชาย

    ค. บ้านของมะลิ   ง. บ้านของคำแก้ว

(2) พ่อกับแม่ของคำแก้วไปไหน

    ก. ไปกินข้าว   ข. ไปเดินเล่น

    ค. ไปทำธุระ   ง. ไปบ้านเพื่อน

(3) คำแก้วมีพี่น้องกี่คน

    ก. มีพี่ชายหนึ่งคน   ข. มีพี่ชายสองคน

    ค. มีน้องสาวหนึ่งคน   ง. มีพี่ชายสองคนและน้องสาวหนึ่งคน

(4) มะลิมีพี่น้องกี่คน

    ก. มีน้องสาวหนึ่งคน   ข. มีพี่ชายสองคน

    ค. มีน้องชายหนึ่งคน   ง. มีน้องชายสี่คน

(5) พ่อของคำแก้วทำงานอะไร

    ก. อาจารย์สอนภาษาจีน

    ข. ตำรวจ

    ค. ข้าราชการกระทรวงต่างประเทศ

    ง. พนักงานบริษัท

(6) พ่อแม่ของมะลิทำงานอะไร

    ก. ข้าราชการ   ข. ตำรวจ

    ค. หมอ   ง. พนักงานบริษัท

(7) ข้อใดถูก

    ก. พี่หนึ่งและพี่สองมีน้องสาวชื่อ คำแก้ว

    ข. น้องชายของคำแก้วเรียนชั้น ม. 4

    ค. พี่หนึ่งเป็นข้าราชการกระทรวงการต่างประเทศ

    ง. แม่ของมะลิเป็นอาจารย์

4. ฟังและเติมเครื่องหมาย √ ในข้อที่ถูกต้อง และเติมเครื่องหมาย ×
   ในข้อที่ผิด 听录音，对的打 "√"，错的打 "×"。

🎧12

(1) คุณป้าไปบ้านของคำแก้ว   (   )

(2) คำแก้วยังไม่ได้ทานข้าว ทานแต่ของหวาน   (   )

(3) คุณป้าชอบทานของหวาน   (   )

(4) วันนี้คำแก้วจะไปดูหนังกับเพื่อน   (   )

5. ฟังและโยงคำให้เชื่อมกันตามเนื้อหาที่ได้ยิน 听录音，将单词用线连
   起来。

🎧13

พรพรรณ	มีพี่ชายสองคน	เป็นญาติกับแป้งหอม
มะลิ	มีน้องชายหนึ่งคน	เป็นภรรยาของสมชาย
คำแก้ว	มีหลานสาวสองคน	มีเพื่อนเป็นคนอังกฤษ
สมชาย	มีน้องสาวหนึ่งคน	เป็นหลานของอาพรพรรณ

6. ฟังและเขียนตอบคำถาม 听录音，将正确答案填在横线上。

🎧14

(1) คำแก้วไปไหนมา

_____

(2) คำแก้วทานข้าวกับใคร

_____

(3) วันนี้คำแก้วเรียนเป็นยังไงบ้าง

_____

(4) วันนี้วันอะไร

_____

(5) มะรืนนี้เป็นวันอะไร แล้วคำแก้วจะทำอะไร

15

(1) ครอบครัวของแป้งหอมมีกี่คน มีใครบ้าง

(2) พี่ชมพู่และพี่ส้มโออายุเท่าไร

(3) แป้งหอมเรียนโรงเรียนเดียวกับใคร

(4) ปกติปิดเทอมพ่อแม่จะพาไปเที่ยวที่ไหน

(5) ปีนี้พวกเขาจะไปเที่ยวที่ไหน

课外练习 **ฟังและเขียนลงในช่องว่าง 听录音后填空。**

1

ฉันชื่อ __________

ครอบครัวมี ______ คน

☐ พี่ชาย ____ คน ☐ น้องชาย____ คน

☐ พี่สาว ____ คน ☐ น้องสาว ____ คน

☐ พี่เขย ____ คน ☐ น้องเขย ____ คน

☐ พี่สะใภ้____คน ☐ น้องสะใภ้ ____ คน

พ่อทำงานอะไร __________________

แม่ทำงานอะไร __________________

2

ฉันชื่อ __________

ครอบครัวมี ______ คน

☐ พี่ชาย ____ คน ☐ น้องชาย____ คน

☐ พี่สาว ____ คน ☐ น้องสาว ____ คน

☐ พี่เขย ____ คน ☐ น้องเขย ____ คน

☐ พี่สะใภ้____คน ☐ น้องสะใภ้ ____ คน

พ่อทำงานอะไร __________________

แม่ทำงานอะไร __________________

บทที่ ๓ งานอดิเรก
第三课 爱好

ประโยคที่มักใช้ เกี่ยวกับงานอดิเรก

爱好常用句型

งานอดิเรกของคุณคืออะไร	你的爱好是什么？
งานอดิเรกของผม/ฉันคือ ...	我的爱好是……
เวลาว่างคุณชอบทำอะไร	有空的时候你喜欢做什么？
ผม/ฉันชอบ ...	我喜欢……
วันหยุดคุณชอบทำอะไร	假期的时候你喜欢做什么？
ผม/ฉันชอบ ...	我喜欢……

คำศัพท์ 单词

ปกติ	平时	เลือก	选
โปสต์การ์ด (postcard)	明信片	ภูเขา	山
ก็ไม่เลว	还不错	วัด	寺庙
ของเล่น	玩具	ภรรยา	妻子
สามี	丈夫	เตะบอล	踢足球
บรรยากาศ	氛围	วิว	风景
มื้อ	顿（饭）	พระอาทิตย์ขึ้น	日出
ซีรีส์ (series)	电视剧	ฝีมือ	手艺
ภูกระดึง	浦卡东山	เสียเวลา	浪费时间
ทะเลหมอก	云海	รีวิว (review)	评论
สู้...ไม่ได้	比不上……	นิยาย	小说
บล็อก (Blog)	博客	ปริญญาโท	硕士
คนติดตาม	关注人	ปิดเทอม	放假

อยู่เฉย ๆ	无所事事	บริษัท	公司
ถักไหมพรม	针织	น้ำตก	瀑布
เท่ากัน	同样，相等	ผ่อนคลาย	放松
ทะเล	大海	มีแรง	有力
ธรรมชาติ	自然	สดชื่น	清新，清爽

แบบฝึกหัดการฟัง 听力练习题

1. ฟังและเลือกข้อที่ถูกต้องที่สุด 听录音，选择正确的答案。

16

(1) ข้อใดไม่ใช่งานอดิเรกของผู้ชาย

ก. ตีกอล์ฟ

ข. วาดรูป

ค. เดินป่า

ง. ผิดทุกข้อ

(2) ผู้หญิงจะทำงานอดิเรกเวลาไหน

ก. ทำงาน

ข. คุยกับเพื่อน

ค. ตอนเช้าวันหยุด

ง. เวลาว่าง

(3) ผู้ชายชมผู้หญิงว่าอะไร

ก. คุณเยี่ยมมาก

ข. คุณเก่งจริง ๆ

ค. คุณวาดรูปสวยจัง

ง. ผมชอบรูปที่คุณวาด

2. คำแก้วกับตะวันกำลังพูดคุยกัน ให้ทำเครื่องหมาย √ ในข้อที่ถูกต้อง

康凯和塔万正在聊天。听对话，对的打"√"。

17

ตะวัน	คำแก้ว
☐ ช่วยเลือกโปสการ์ดสวย ๆ	☐ ไม่ชอบไปเที่ยว ชอบอยู่บ้าน
☐ ชอบสะสมรถยนต์	☐ ชอบสะสมของเล่น
☐ คำแก้วเป็นน้องสาวของตะวัน	☐ ต้องการซื้อโปสการ์ดไปให้พ่อกับแม่
☐ ตะวันกับคำแก้วอยู่ที่ร้านขายของที่ระลึก	☐ อยากไปดูของสะสมของตะวัน
☐ เขามีรถยนต์สิบกว่าคัน	☐ เวลาไปเที่ยวจะซื้อโปสการ์ดของที่นั่นเก็บไว้

3. ฟังและเติมเครื่องหมาย √ ในข้อที่ถูกต้อง และเติมเครื่องหมาย ×
ในข้อที่ผิด 听录音，对的打"√"，错的打"×"。

18

(1) ทั้งสองคนนัดเจอกันที่สนามกอล์ฟ ( )

(2) ท่านประธานไปตีกอล์ฟคนเดียว ( )

(3) คุณสุนีไปปีนหน้าผากับเพื่อน ๆ ในวันหยุด ( )

(4) ท่านประธานชอบเที่ยวเมืองไทยทุกปี เพราะบรรยากาศดี ( )

(5) สามีคุณสุนีติดงานจึงไม่ได้มาด้วย ( )

(6) วันที่ 25 ธันวาคม จัดปาร์ตี้ที่บ้านท่านประธาน ( )

4. ฟังและเลือกข้อที่ถูกต้องที่สุด 听录音，选择正确的答案。

19

(1) ในบทสนทนานี้ถูกกล่าวถึงกี่คน

ก. 4 คน ข. 5 คน ค. 6 คน ง. 7 คน

(2) ใครต่อไปนี้ไม่ได้ถูกกล่าวในบทสนทนา

ก. คำแก้ว ข. สมชาย ค. แป้งหอม ง. มะลิ

(3) จากบทสนทนา ข้อใดถูกต้อง

    ก. ตะวันจะไปเตะบอลกับเพื่อน

    ข. มะลิจะไปเที่ยวภูกระดึงกับตะวัน

    ค. คำแก้วว่ายน้ำไม่เป็น

    ง. แป้งหอมไม่ชอบว่ายน้ำ

(4) ในบทสนทนานี้ใครเป็นแฟนกัน

    ก. มะลิกับตะวัน   ข. มะลิกับมานะ

    ค. คำแก้วกับตะวัน   ง. ทุกคนเป็นเพื่อนกัน

(5) ใครชมว่ามานะหล่อ

    ก. สมชาย   ข. ตะวัน

    ค. คำแก้ว   ง. แป้งหอม

5. ฟังและเติมเครื่องหมาย √ ในข้อที่ถูกต้อง และเติมเครื่องหมาย ×
ในข้อที่ผิด 听录音，对的打 "√"，错的打 "×"。

(20)

(1) คำแก้วโมโหตะวัน   (   )

(2) ตะวันรอคำแก้วทานข้าวเกือบ 10 นาที   (   )

(3) คำแก้ว ไม่ชอบถ่ายรูป แต่จำเป็นต้องทำเพราะได้เงิน (   )

(4) มีคนติดตามบล็อกของคำแก้วเป็นจำนวนมาก   (   )

(5) พวกเขาได้กินข้าวที่ร้านอาหารฟรี   (   )

(6) ตะวันอยากมีงานอดิเรกเหมือนคำแก้ว   (   )

6. ฟังและเลือกข้อที่ถูกต้องที่สุด พร้อมทั้งเขียนลงในตาราง 听录音，选
择正确的答案，并且填写表格。

(21)

(1) ใครเรียนจบแล้ว

    ก. มานะกับสุนี   ข. มะลิกับสุนี

    ค. มะลิกับสมชาย   ง. สุนีกับสมชาย

(2) ใครอายุน้อยที่สุด

ก. มะลิ   ข. สมชาย

ค. มานะ   ง. สุนี

(3) มานะกับแฟนมีงานอดิเรกอะไรที่เหมือนกัน

ก. ดูบอล   ข. ทำอาหาร

ค. เดินป่า   ง. ชอปปิง

(4) สุนีมีรายได้เพิ่มขึ้นเพราะอะไร

ก. เพราะทำงานล่วงเวลา

ข. เพราะไปทำงานกับเพื่อน

ค. เพราะเอาผ้าพันคอ หมวก และกระเป๋าไปขาย

ง. เพราะไปเที่ยวต่างประเทศกับเพื่อน ๆ

(5) ข้อใดผิด

ก. สมชายกับมานะอายุเท่ากัน

ข. มานะกับแฟนมีงานอดิเรกหลายอย่างที่ไม่เหมือนกัน

ค. มะลิชอบดูซีรีส์และชอปปิงในวันหยุด

ง. สุนีชอบไปเที่ยวทะเล ภูเขา น้ำตกกับเพื่อน ๆ

ชื่อ	อายุ	อาชีพ	งานอดิเรก
มะลิ		นักศึกษา	
สุนี	30	พนักงานบริษัท	
มานะ	23		
สมชาย			

课外练习 **ฟังและเขียนหมายเลขเรียงลำดับเหตุการณ์ 听录音排序。**

☐ สามีไม่ได้มาด้วยเพราะติดงาน

☐ ท่านประธานเชิญพนักงานมาปาร์ตี้คริสมาสต์ที่บ้าน

☐ สุนีเจอท่านประธาน

☐ ท่านประธานถามถึงสามีของสุนี

☐ ปีนี้ท่านประธานอยากเที่ยวเมืองไทย เพราะอยากเปลี่ยนบรรยากาศบ้าง

☐ สุนีไปปีนหน้าผากับเพื่อน ๆ มา

☐ ท่านประธานไปตีกอล์ฟกับภรรยามา

งานอดิเรกของนักเรียนคืออะไรหรือคะ ไหนลองเล่าให้ฟังหน่อยสิคะ 说一说你的爱好。

บทที่ ๔ สี
第四课 颜色

สี 颜色

สีขาว	白色	สีดำ	黑色
สีเหลือง	黄色	สีเขียว	绿色
สีฟ้า	浅蓝色	สีน้ำเงิน	深蓝色
สีแดง	红色	สีชมพู	粉红色
สีส้ม	橙色	สีน้ำตาล	棕色
สีเทา	灰色	สีม่วง	紫色
สีทอง	金色	สีเงิน	银色
สีอ่อน	浅色	สีเข้ม	深色
สีบลอนด์ทอง	金黄色	สีบลอนด์เงิน	银灰色

วันนี้คุณใส่เสื้อผ้าสีอะไรบ้าง 说一说你今天穿什么颜色的衣服。

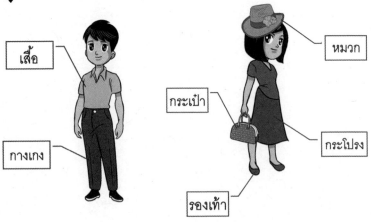

ประโยคที่มักใช้เกี่ยวกับสี **颜色常用句型**

คุณชอบสีอะไรคะ/ครับ 你喜欢什么颜色?

คุณอยากได้... สีอะไรคะ/ครับ 你想要什么颜色的……?

เสื้อสีขาวตัวนี้เข้ากับกระโปรงสีน้ำเงินของฉันมาก

这件白色上衣跟我的蓝色裙子很配。

คำศัพท์ 单词

แจ็คเก็ต	外套	เข้ากัน	搭配
เนคไท	领带	แล้วกัน	算了，得了，罢了
รบกวน	打扰	หยิบ	拿
กลม	圆	ตาถึง	有眼光
ห่อ	包	ทั้ง...ทั้ง...	又……又……
ขอ....หน่อย	请……一下	ของขวัญ	礼物
ถุงเท้า	袜子	เสื้อกันหนาว	毛衣
ลวดลาย	花纹，花色	ตกลง	好的，行
เกินไป	过分，过度	ยี่ห้อ	牌子
ลูกไม้	花边	เรียบ ๆ	朴素
ไหว	可能，能够	ถ้าอย่างนั้น	那样的话
สระผม	洗头发	ลูกค้า	顾客
ตัดผม	剪头发	ไดร์ผม	吹头发
เทรนด์ (trend)	趋势	ทำสีผม	染头发
มาแรง	火爆，流行	เหมาะ	适合，合适

แบบฝึกหัดการฟัง 听力练习题

1. ฟังและเติมเครื่องหมาย √ ในข้อที่ถูกต้อง และเติมเครื่องหมาย × ในข้อที่ผิด 听录音，对的打“√”，错的打“×”。

22

(1) ท่านประธานกำลังเลือกซื้อแจ็คเก็ตสีเทา ( )

(2) สุนีเลือกเสื้อสีขาวให้ท่านประธาน ( )

(3) สุนีแนะนำให้ท่านประธานซื้อเสื้อสีฟ้าและเนคไท ( )

(4) ท่านประธานตัดสินใจซื้อเสื้อสีขาว ( )

23

(1) ผู้หญิงชอบกระเป๋ากลม ๆ สีเขียวที่อยู่ด้านขวาของกระเป๋าสีแดง ( )

(2) ผู้หญิงไม่ชอบกระเป๋าใบนี้ ( )

(3) กระเป๋าทั้งสวยทั้งถูก ( )

(4) ผู้หญิงไม่ได้ซื้อกระเป๋า ( )

(5) ผู้ชายคิดว่ากระเป๋าใบนี้สวย ( )

2. ฟังและเขียนตอบคำถาม 听录音，将正确答案填在横线上。

24

(1) คำแก้วกำลังทำอะไรอยู่

____

(2) วันเกิดของมะลิตรงกับวันอะไร

____

(3) คำแก้วซื้ออะไรให้มะลิ

____

(4) ทำไมผู้ชายยังไม่ได้ซื้อของขวัญให้มะลิ

____

(5) พวกเขาจะไปซื้อของขวัญให้มะลิเมื่อไร

____

3. ฟังและเติมคำลงในช่องว่าง 听录音，选择填空。

สีฟ้า	สีแดง	สีขาว	สีชมพู	เกินไป	ยี่ห้อ
ลูกไม้	เรียบ ๆ	ตกลง	ลวดลาย	ถ้าอย่างนั้น	

ก. ตะวัน __________ เลือกได้หรือยังว่าจะซื้ออะไรให้มะลิ

ข. ยังเลย ผมเป็นผู้ชายไม่รู้ว่าผู้หญิงชอบอะไร คำแก้ว เธอช่วยเลือกหน่อยสิ เสื้อ __________ สีขาว หรือเสื้อ __________ มีลายดอกไม้ ดีล่ะ

ก. มะลิไม่ชอบเสื้อที่มี __________ เยอะ เราว่าสีขาวดีกว่า ดู ________ มะลิน่าจะชอบนะ

ข. แต่ __________ นี้แพง __________ ผมซื้อไม่ไหวหรอก

ก. __________ ตัวนี้ดีไหม เสื้อลูกไม้ __________ ราคาไม่แพงเท่าไร

ข. ตกลง เอาตัวนี้แล้วกัน

4. ฟังและเลือกข้อที่ถูกต้องที่สุด 听录音，选择正确的答案。

26

(1) ลูกค้าอยากจะทำอะไร

ก. สระผมและไดร์ผม　　ข. เล็มปลายผม

ค. ทำสีผม　　ง. ตัดผมและทำสีผม

(2) ลูกค้าอยากทำผมสีอะไร

ก. สีน้ำเงินเข้ม　　ข. สีบลอนด์ทอง

ค. สีบลอนด์เงิน　　ง. สีน้ำตาลอ่อน

(3) ช่างทำผมแนะนำให้ทำผมสีอะไร

    ก. สีน้ำเงินเข้ม   ข. สีบลอนด์ทอง

    ค. สีบลอนด์เงิน   ง. สีน้ำตาลเข้ม

(4) ทำไมช่างทำผมจึงแนะนำให้ทำผมสีนั้น

    ก. เพราะลูกค้าผิวขาวเข้ากับสีผม

    ข. เพราะเป็นเทรนด์สีผมใหม่

    ค. เพราะช่างอยากจะขายสีทำผมใหม่

    ง. ถูกทั้ง ก และ ข

(5) ลูกค้าตัดสินใจทำตามคำแนะนำของช่างทำผมหรือไม่ เพราะอะไร

    ก. ทำ เพราะชอบสีผมที่ช่างทำผมแนะนำ

    ข. ทำ เพราะเทรนด์ผมสีนี้กำลังมาแรง

    ค. ไม่ทำ เพราะไม่เข้ากับสีผิว

    ง. ไม่ทำ เพราะราคาแพงเกินไป

 课外练习 **ฟังและเขียนลงในตาราง 听录音后填写表格。**

	ผู้หญิง	ผู้ชาย
ชอบสีอะไร		
ใส่เสื้อสีอะไร		
ผมสีอะไร		
ใส่กางเกง/กระโปรงสีอะไร		
เขาใส่รองเท้าสีอะไร		
ใช้กระเป๋าสีอะไร		

บทที่ ๕ ดินฟ้าอากาศ
第五课 天气

ประโยคที่มักใช้เกี่ยวกับดินฟ้าอากาศ　**天气常用句型**

กรมอุตุฯ พยากรณ์ว่า...　气象局预报说……

...มีกี่ฤดู　……有几个季节?

วันนี้อุณหภูมิ...องศา　今天的温度是……摄氏度。

...อากาศเป็นอย่างไร　……天气怎么样?

คำศัพท์ 单词

แป๊บเดียว/ประเดี๋ยวเดียว	马上，立刻，一下子		
เตรียม	准备	แดดจัด	阳光强烈
อุณหภูมิ	温度	องศา	摄氏度 (℃)
ครึ้มฟ้าครึ้มฝน	阴云密布	ฝนตกหนัก	下大雨
ปีใหม่	新年	พยากรณ์อากาศ	天气预报
ร่ม	雨伞	ปรับตัว	适应
ท้องฟ้าแจ่มใส	晴天		
ลมแรง/ลมกรรโชกแรง	刮大风	วันรุ่งขึ้น	第二天
สนุก	有趣，好玩儿	หิมะ	雪
อบอ้าว	闷热	เหงื่อออก	出汗
เหนียว	黏	มิน่าล่ะ/มิน่าเล่า	难怪
ชิน	习惯		
เดี๋ยวร้อนเดี๋ยวหนาว	忽冷忽热	น้ำค้างแข็ง	霜
ฤดูร้อน	夏天	ฤดูหนาว	冬天
ฤดูฝน	雨季	ฤดูใบไม้ร่วง	秋天

27

ผลัดใบ	落叶	น้ำท่วม	水灾
เขตร้อน	热带		
เอาแน่เอานอนไม่ได้	犹豫不决（指人），变化多端（指天气）		
กรมอุตุนิยมวิทยา/กรมอุตุฯ	气象局预报		

แบบฝึกหัดการฟัง 听力练习题

1. ฟังและเขียนตอบคำถาม 听录音，将正确答案填在横线上。

27

(1) มานะกับเพื่อน ๆ จะไปเที่ยวประเทศไทยเดือนไหน

____

(2) อากาศที่กรุงเทพเป็นอย่างไร

____

(3) อากาศที่เชียงใหม่เป็นอย่างไร

____

(4) คำแก้วแนะนำให้มานะเตรียมอะไรไปด้วย

____

ถ้าเพื่อนของคุณจะมาเที่ยวหนานหนิงเดือนมกราคม คุณจะแนะนำเพื่อนอย่างไรบ้าง 说一说，如果你的外国朋友打算在1月份来南宁旅游，你有什么建议？

2. ฟังและเลือกข้อที่ถูกต้องที่สุด 听录音，选择正确的答案。

28

(1) พวกเขาอยู่ที่ไหน

ก. มหาวิทยาลัย ข. ที่ทำงาน

ค. ร้านกาแฟ ง. ห้างสรรพสินค้า

(2) สภาพอากาศตอนนี้เป็นอย่างไร

ก. แดดจัด ข. ครึ้มฟ้าครึ้มฝน

ค. หิมะกำลังจะตก ง. อากาศเย็นสบาย

(3) ข้อใดถูก

ก. อากาศที่นี่หนาวชื้น

ข. 3-4 วันนี้ฝนจะตกหนัก

ค. พวกเขาเป็นหวัด

ง. ผู้หญิงไม่ได้เอาร่มมาเพราะอยากเดินกลับกับผู้ชาย

(4) สภาพอากาศตอนนี้อยู่ในช่วงใด

ก. ฤดูฝน

ข. ฤดูร้อน

ค. เริ่มเข้าสู่ฤดูหนาว

ง. เริ่มเข้าสู่ฤดูร้อน

(5) อากาศแบบนี้ต้องเตรียมอะไรบ้าง

ก. เสื้อกันหนาว

ข. ร่ม

ค. ครีมกันแดด

ง. ถูกทุกข้อ

3. ฟังและเขียนตอบคำถาม 听录音，将正确答案填在横线上。

🎧 29

(1) วันนี้อากาศเป็นอย่างไร

_____

(2) ทำไมวันนี้อากาศถึงเป็นเช่นนี้

_____

(3) พรุ่งนี้อากาศจะเป็นอย่างไร

_____

(4) ทำไมผู้หญิงถึงไม่ชินกับอากาศที่นี่

_____

4. ฟังและวาดรูปหรือเขียนลงในตาราง 听录音，在表格上画或者写。

🎧 30

	เช้า	บ่าย	เย็น	กลางคืน
วันที่ 5				
วันที่ 6				 🌧️
วันที่ 7				
วันที่ 8				

5. ฟังและเขียนตอบคำถาม 听录音，将正确答案填在横线上。

🎧 31

(1) ประเทศไทยมีกี่ฤดู ฤดูอะไรบ้าง

_____

(2) ฤดูร้อนคือช่วงเดือนอะไร

_____

(3) อุณหภูมิต่ำที่สุดในประเทศไทยคือที่ไหน กี่องศา

_____

(4) ฤดูฝนในประเทศไทยเป็นอย่างไร

_____

(5) ผู้หญิงชอบฤดูอะไรมากที่สุด เพราะอะไร

_____

(6) ผู้ชายคิดว่าฤดูหนาวของประเทศไทยคล้ายกับฤดูไหนของประเทศจีน

_____

课外
练习

ฟังและเขียนตอบคำถาม 听录音，将正确答案填在横线上。

(1) ช่วงนี้คือฤดูอะไร

_____

(2) ภาคเหนืออากาศเป็นอย่างไรบ้าง

_____

(3) ภาคกลางอากาศเป็นอย่างไร

_____

(4) ภาคอีสานอากาศเป็นอย่างไร

_____

(5) ภาคใต้อากาศเป็นอย่างไร

_____

บทที่ ๖ การนัดหมาย
第六课 约会

ประโยคที่มักใช้ในการนัดหมาย　　约会常用句型

คุณว่างไหม　　你有空吗?

ผม/ฉันอยากจะชวนคุณไป...　　我想邀请你去……

เจอกันที่ไหน　　在哪里见面?

เจอกันที่...　　在……见。

เจอกันกี่โมง　　几点见面?

ขอโทษด้วยนะคะ ฉันไม่สะดวกจริง ๆ　　很抱歉，我真的不方便。

ขอบคุณที่ชวนนะครับ แต่ผมไม่ว่างจริง ๆ

谢谢你的邀请，但我真的没有空。

น่าเสียดายจัง ถ้าไม่ติดธุระ เราคงได้ไปด้วยกัน

真遗憾，如果不是事务缠身，我们可以一起去的。

คำศัพท์ 单词

กำแพงเมืองจีน	长城	สะดวก	方便
ระหว่าง	之间	สรุป	总结
ลด	打折，优惠	เคาท์เตอร์	前台
น่าเสียดาย	可惜	รายงานตัว	报到
ประชุม	开会	รุ่นพี่	学长，学姐
เครื่องสำอาง	化妆品	อาคาร	楼
ข่าวดี	好消息	ตลาดน้ำ	水上市场
พระบรมมหาราชวัง	大王宫	นึก / คิด	想
ซับ/ซับ ไตเติล (subtitle)	字幕	เริ่ม	开始

รถติด	堵车	ตารางเรียน	课程表
เป็นพิเศษ	特别	เทอม / ภาคเรียน	学期
ตั๋ว	票	กิจกรรม	活动
คลินิกทำฟัน	牙科诊所	เข้าร่วม	参加
ขูดหินปูน	除牙垢	คิว	名额
เป็นต้นไป	从此以后	ชมรม	协会，社团
มวยไทย	泰拳	สมัคร	报名

แบบฝึกหัดการฟัง 听力练习题

1. ฟังและเติมเครื่องหมาย √ ในข้อที่ถูกต้อง และเติมเครื่องหมาย ×
ในข้อที่ผิด 听录音，对的打 "√"，错的打 "×"。

32

(1) ผู้ชายมีประชุมวันจันทร์　　　　　　　　　　　(　)

(2) ผู้ชายต้องเดินทางไปเซี่ยงไฮ้วันศุกร์　　　　　(　)

(3) วันเสาร์ อาทิตย์ลดราคา 10%　　　　　　　　(　)

(4) พวกเขาตกลงไปเที่ยวกำแพงเมืองจีนทันที　　　(　)
　　ที่ผู้ชายกลับมาจากเซี่ยงไฮ้

(5) พวกเขาคิดว่าราคาแพงและ ไม่มีเวลาไปเที่ยว　　(　)

33

(1) คำแก้วบอกข่าวดีกับตะวัน　　　　　　　　　(　)

(2) เครื่องสำอางที่สยามลด 50%　　　　　　　　(　)

(3) ตะวันไม่อยากไปกับคำแก้วเพราะต้องไปทำธุระกับแม่　(　)

(4) ร้านค้าในสยามลดราคาเฉพาะวันเสาร์นี้　　　　(　)

(5) พวกเขานัดเจอกันวันเสาร์หน้า　　　　　　　(　)

2. ฟังและเลือกข้อที่ถูกต้องที่สุด 听录音，选择正确的答案。

(1) ในบทสนทนานี้ ใครไม่ได้ถูกกล่าวถึง

ก. คำแก้ว　　ข. มะลิ

ค. สมชาย　　ง. มานะ

(2) พวกเขานัดเจอกันตอนกี่โมง

ก. 17:00 น.　　ข. 18:00 น.

ค. 18:30 น.　　ง. 19:30 น.

(3) พวกเขาจะดูหนังรอบกี่โมง

ก. 17:00 น.　　ข. 18:00 น.

ค. 18:30 น.　　ง. 19:30 น.

(4) พวกเขานัดเจอกันที่ไหน

ก. ห้างสรรพสินค้า　　ข. มหาวิทยาลัย

ค. โรงหนัง　　ง. ร้านอาหาร

(5) ข้อใดถูกต้อง

ก. พวกเขาจะไปดูหนังด้วยกัน 2 คน

ข. คำแก้วยังไม่มีแฟน

ค. วันศุกร์รถจะติดเป็นพิเศษ

ง. พวกเขานัดเจอกันวันนี้หลังเลิกเรียน

3. ฟังและเขียนลงในตาราง 听录音后填写表格。

35

คลินิกทำฟัน			
ชื่อ		นามสกุล	
เวลานัด	วัน__________	เวลา ______________ น.	
เบอร์โทร			
เคยมาหรือไม่	☐ เคย	☐ ไม่เคย	

4. ฟังและเขียน ก ข ค ง ... ลงในตาราง 听录音后在表格上填写 ก ข ค ง ...

36

ก. สอนทำอาหารไทย

ข. รายงานตัว

ค. พักผ่อน

ง. เริ่มเรียน

จ. ไปเที่ยวตลาดน้ำและพระบรมมหาราชวัง

ฉ. ชมมหาวิทยาลัย

ช. ชมรมมวยไทยเปิดรับสมัคร

เดือนสิงหาคม						
อาทิตย์	จันทร์	อังคาร	พุธ	พฤหัสบดี	ศุกร์	เสาร์
			1	2	3	4
5	6	7	8	9	10	11
12	13	14	15	16	17	18
19	20	21	22	23	24	25
26	27	28	29	30	31	

课外练习 มะลิจะจัดปาร์ตี้วันเกิดในวันเสาร์นี้ เธอจึงส่งข้อความชวนเพื่อน ๆ ของเธอ ฟังข้อความเสียงที่เพื่อนมะลิตอบกลับมาและทำเครื่องหมาย √ พร้อมเขียนคำอธิบายข้างหลัง 玛丽这周六将举行生日派对，于是她向她的朋友发出了邀请。请听玛丽的朋友是如何回复的，然后在相应的选项框中打“√”，并写出相应的解释。

	มา	ไม่มา	อธิบาย
ตะวัน	☐	☐	______
คำแก้ว	☐	☐	______
มานะ	☐	☐	______
แป้งหอม	☐	☐	______

บทที่ ๗ การซื้อของ
第七课 买东西

ประโยคที่มักใช้ในการซื้อของ 买东西常用句型

买家 ผู้ซื้อ	卖家 ผู้ขาย
พี่คะ/ครับ... น้องคะ/ครับ... ป้าคะ/ครับ... ลุงคะ/ครับ 小姐! 小妹! 阿姨! 叔叔!	เชิญดูสินค้าตามสบายเลยค่ะ/ครับ 请随意选购!
ราคาเท่าไรคะ/ครับ 多少钱?	คุณต้องการ... แบบไหนหรือคะ/ครับ 你需要哪种类型的……?
ขายยังไงคะ/ครับ 怎么卖?	ชำระเงินได้ที่... 在……付款
ขอลองหน่อยได้ไหมคะ/ครับ 可以试一下吗?	ต้องการอะไรอีกไหมคะ/ครับ 还需要什么吗?
ขอชิมหน่อยได้ไหมคะ/ครับ 可以尝一下吗?	โอกาสหน้าเชิญไรใหม่นะคะ/ครับ 欢迎下次惠顾。
ลดราคาหน่อยได้ไหมคะ/ครับ 可以再便宜一点吗?	ซื้อ ๑ แถม ๑ 买一送一。
ตอนนี้มีโปรโมชั่นพิเศษอะไรบ้าง คะ/ครับ 现在有什么优惠?	จ่ายเงินสดหรืออลิเพย์คะ/ครับ 现金还是支付宝（付款）?

คำศัพท์ 单词

รองเท้าหนัง	皮鞋	ทุเรียน	榴梿
รองเท้าส้นสูง	高跟鞋	มังคุด	山竹
เบอร์	号码	แตงโม	西瓜

คู่	双	มะพร้าว	椰子
ลอง	试一试	โล / กิโล	公斤
คับ	紧	ชำระเงิน	付款
หลวม	松	เงินสด	现金
พอดี	刚好	ถูกใจ	中意
คล้าย ๆ กัน / คล้ายกัน	相似	ซาลาเปา	包子
ไม่...เท่าไร	不怎么……	ขนมจีบ	烧卖
โปรโมชั่น	优惠	เงินทอน	零钱
เวฟ/อุ่นอาหาร	加热	สด	新鲜
สะเพร่า	粗心	แบงค์	纸币
ดวง (แสตมป์)	枚（邮票的量词）		

"เวฟ" 是从 "เตาไมโครเวฟ (microwave oven) 微波炉" 这个单词演变来的，我们用微波炉加热，所以在口语中用 เวฟ 表示 "（用微波炉）加热"。

แบบฝึกหัดการฟัง 听力练习题

1. ฟังและเลือกข้อที่ถูกต้องที่สุด 听录音，选择正确的答案。

37

(1) ผู้หญิงต้องการซื้อรองเท้าแบบไหน

ก. รองเท้าบูท ส้นสูง สีดำ

ข. รองเท้าแตะ ไม่มีส้น สีดำ

ค. รองเท้าหนัง ส้นสูง สีขาว

ง. รองเท้าหนัง ส้นเตี้ย สีขาว

(2) สีรองเท้าข้อใดไม่ได้ถูกกล่าวถึง

ก. สีขาว ข. สีเทา

ค. สีดำ ง. สีน้ำตาล

(3) ผู้หญิงต้องการรองเท้าเบอร์อะไร

ก. สามสิบแปด ข. สามสิบเก้า

ค. สามสิบเก้าครึ่ง ง. สี่สิบ

(4) ผู้หญิงซื้อรองเท้าราคาโปรโมชั่นเท่าไร

ก. สองพันเจ็ดร้อยบาท ข. สองพันแปดร้อยบาท

ค. สองพันเก้าร้อยบาท ง. สามพันบาท

38

(1) เธอหยิบรองเท้าเบอร์อะไรมา

ก. สามสิบห้า ข. สี่สิบ

ค. สามสิบเก้า ง. สามสิบแปด

(2) เธอต้องไปเปลี่ยนรองเท้าที่ไหน

ก. ห้าง ฯ ข.บ้าน

ค. โรงแรม ง. ตลาด

(3) เธอรู้สึกอย่างไร เมื่อรู้ว่าหยิบรองเท้ามาผิด

ก. ตกใจ ข. ดีใจ

ค. โมโห ง. เฉย ๆ

(4) ข้อใดถูกต้อง

ก. เธอหยิบรองเท้าเบอร์ 39 มา

ข. พรุ่งนี้พวกเขาจะไปซื้อรองเท้าคู่ใหม่ที่ตลาด

ค. ติดต่อแม่ค้าไม่ได้

ง. เธอเอารองเท้าไปเปลี่ยนทันที

39

(1) ส้มครึ่งกิโลราคาเท่าไร

ก. 20 บาท ข. 30 บาท

ค. 40 บาท ง. 50 บาท

(2) ผู้ชายซื้อผลไม้ทั้งหมดกี่กิโล

ก. 5 กิโล ข. 5.5 กิโล

ค. 6 กิโล ง. 6.5 กิโล

(3) มังคุดกิโลละเท่าไร

ก. 20 บาท ข. 30 บาท

ค. 40 บาท ง. 50 บาท

(4) เขาซื้อผลไม้อะไรบ้าง

ก. ส้ม มะม่วง มะพร้าว ข. แตงโม ทุเรียน มังคุด

ค. ส้ม มังคุด มะม่วง ง. ทุเรียน มะพร้าว ส้ม

(5) เขาซื้อมังคุดและมะม่วงราคาเท่าไร

ก. 130 บาท ข. 135 บาท

ค. 140 บาท ง. 145 บาท

2. ฟังและเติมคำลงในช่องว่าง 听录音，填空。

40

พนักงาน seven-eleven ยินดีต้อนรับค่ะ
สวัสดีค่ะ ____________ ด้านนี้ได้นะคะ ทั้งหมด 49 บาทค่ะ
ถ้าคุณซื้อของทุก ๆ 50 บาทจะได้แสตมป์หนึ่ง ____________
นะคะ รับอะไรเพิ่มอีกไหมคะ

ผู้ชาย แล้วเอาแสตมป์ไปทำอะไรหรือครับ

พนักงาน สามารถใช้แทน ____________ ได้เลยค่ะ
แล้วถ้าคุณสะสมแสตมป์ได้ 800 ดวง ก็สามารถเอาไป
____________ ของได้

ผู้ชาย แลกอะไรได้บ้างครับ

พนักงาน เอาไปแลก จานลายการ์ตูนน่ารัก ๆ ร่ม และกระเป๋า ค่ะ

ผู้ชาย งั้นผมเอา____________ ไส้หมูกับ ____________ กุ้งครับ

พนักงาน ____________

ผู้ชาย เวฟครับ

พนักงาน นี่ค่ะ ซาลาเปาไส้หมู กับ __________ กุ้งร้อน ๆ ทั้งหมด 150 บาทค่ะ

ผู้ชาย ขอโทษด้วยครับ ผมมีแต่ __________ พัน ไม่มีแบงค์ย่อย

พนักงาน รับมา __________ บาทค่ะ __________ 850 บาท กับแสตมป์อีกสามดวงนะคะ seven-eleven ยินดีให้บริการค่ะ

3. ฟังและเขียนตอบคำถาม 听录音，将正确答案填在横线上。

41

(1) คำแก้วอยากซื้ออะไร

____

(2) ใครช่วยสอนคำแก้วซื้อของออนไลน์

____

(3) การซื้อของออนไลน์สามารถจ่ายเงินแบบไหนได้บ้าง

____

(4) คำแก้วเลือกการส่งสินค้าแบบไหน ต้องจ่ายเงินเพิ่มเท่าไร

____

课外练习 **ฟังและพูดแสดงความคิดเห็นกับเหตุการณ์นี้** 听一听，说说你的观点。

บทที่ ๘ การสั่งอาหาร
第八课 点餐

ประโยคที่มักใช้ในการสั่งอาหาร 点餐常用句型

น้องคะ/ครับ พี่คะ/ครับ	服务员！
... ที่ค่ะ	……位
ขอสั่งอาหารหน่อยค่ะ	要点餐。
มีเมนูแนะนำอะไรบ้าง	有什么推荐的吗？
ขอเป็น...	我要……
เช็คบิล/คิดเงิน	结账！

รสชาติอาหาร 味道

เผ็ด	辣	เปรี้ยว	酸	หวาน	甜	มัน	油腻
เค็ม	咸	ขม	苦	จืด	清淡	จัดจ้าน	重口味
กลมกล่อม	合适，适口						

คำศัพท์ 单词

จอง	订	พัง / เสีย	坏
ระเบียง	露台，阳台	ขนมปังปิ้ง	烤面包
ตามสบาย	随意	เลี้ยง	请客
ขออภัย / ขอโทษ	道歉	งานเลี้ยง	宴会
ขึ้นชื่อ	出名	ห้อง VIP	包厢
ปลาสามรส	三味鱼	บุฟเฟต์	自助餐
ปลานึ่งมะนาว	清蒸柠檬鱼	อาหารคาว	菜肴，主食
ผัดผักบุ้ง	炒空心菜	อาหารหวาน	甜品

ไก่ทอดน้ำปลา	鱼露炸鸡翅	เครื่องดื่ม	饮料
ต้มข่าไก่	椰奶鸡汤	แอลกอฮอล์	酒精
น้ำเปล่า	白开水	เว็บไซต์	网站
เผือก	芋头	ยกเลิก	取消
นมสด	鲜奶	เสิร์ฟ	上菜
แทน	代替	ผิดพลาด	错误
กระติกน้ำร้อน	电热水壶	ตรวจสอบ	检查

แบบฝึกหัดการฟัง 听力练习题

1. ฟังและเติมเครื่องหมาย √ ในข้อที่ถูกต้อง และเติมเครื่องหมาย ×
   ในข้อที่ผิด 听录音, 对的打 "√", 错的打 "×"。

42

(1) พวกเขาไปกินข้าวกันสองคน ( )
(2) ผู้ชายอยากนั่งโต๊ะตรงกลางร้านอาหาร ( )
(3) สมชายสั่งน้ำส้ม ส่วนสุนีสั่งน้ำเปล่า ( )
(4) ปลานึ่งมะนาวมีรสหวานและเปรี้ยว ( )
(5) พวกเขาสั่งอาหารทั้งหมด 4 อย่าง ( )

43

(1) แป้งหอมกับคำแก้วมาสั่งน้ำปั่นที่ร้าน ( )
(2) แป้งหอมนั่งรออยู่ที่ร้านจนกว่านมสดจะมาถึง ( )
(3) คำแก้วได้นมสดแทนเผือกปั่น ( )
(4) คำแก้วสั่งกาแฟร้อนแทนนมสดปั่น ( )
(5) พนักงานแนะนำเมนูขนมปังปิ้งให้กับแป้งหอม ( )
(6) ในบทสนทนานี้มีทั้งหมด 2 คน ( )
(7) พนักงานไม่อยากขายเครื่องดื่มให้กับแป้งหอม ( )

(8) สุดท้ายแล้ว คำแก้วได้กินขนมปังปิ้ง ( )
(9) เมนูใหม่ของทางร้าน คือขนมปังปิ้ง ( )
(10) แป้งหอมออกจากร้านไปโดยไม่ได้อะไรกลับไปเลย ( )

2. ฟังและทำเครื่องหมาย √ ในรายการอาหาร และเขียนเบอร์โทรศัพท์พร้อมทั้งเขียนตอบคำถามในข้อที่ 3 听录音，填电话号码，在菜单上打“√”，并且把第3题的正确答案填写在横线上。

44

เมนูร้านชาววัง เบอร์โทร ________________

<u>**ข้าว**</u>

ข้าวผัดกุ้ง ☐

<u>**ประเภทผัด**</u>

ผัดกะเพรา ☐

ผัดผักรวม ☐

<u>**ประเภทแกง/ต้ม**</u>

ต้มยำกุ้ง ☐

ต้มจืดวุ้นเส้น ☐

แกงเขียวหวาน ☐

ต้มข่าไก่ ☐

<u>**ประเภททอด**</u>

ไก่ทอดน้ำปลา ☐

ปลาทอดสามรส ☐

<u>**ประเภทนึ่ง**</u>

ปลานึ่งมะนาว ☐

ห่อหมกทะเล ☐

<u>ของหวาน</u>

    ลอดช่อง ☐

    ทองหยิบ ทองหยอด ☐

    ทับทิมกรอบ ☐

    เฉาก๊วยชาววัง ☐

<u>เครื่องดื่ม</u>

    น้ำมะพร้าว ☐

    ชาเย็น ☐

    นมเย็น ☐

    กาแฟ ☐

    น้ำส้ม ☐

3. ตะวันต้องการโทรจองโต๊ะร้านอาหาร ฟังและเขียนตอบคำถาม   塔万 打电话预订餐位，听后将正确答案填在横线上。

(1) ถ้าวันนี้เป็นวันอังคารที่ 2 มกราคม งานเลี้ยงที่ตะวันจัดให้กับเพื่อน ๆ ในห้อง จะเป็นวันอะไร และวันที่เท่าไร

_____

_____

(2) ห้อง VIP ที่ตะวันโทรจองชื่อห้องอะไร

_____

(3) เมื่อตะวันและเพื่อน ๆ มาถึงร้านอาหารแล้วจะต้องทำอะไรเป็นอย่างแรก

_____

(4) ตะวันสั่งอาหารคาวและอาหารหวานกี่อย่าง และเครื่องดื่มกี่อย่าง

_____

(5) ตะวันและเพื่อน ๆ มาถึงร้านชาววัง 6 โมงเย็น พวกเขา จะได้รับประทานอาหารกี่โมงถึงกี่โมง

_____

_____

4. ฟังและเลือกข้อที่ถูกต้องที่สุด 听录音，选择正确的答案。

(1) ตะวันอยากทานอาหารรสชาติแบบไหน

ก. รสชาติเค็ม เปรี้ยว ข. รสชาติเปรี้ยว หวาน

ค. รสชาติเผ็ด เปรี้ยว ง. รสชาติจัดจ้าน

(2) ตะวันกับคำแก้วสั่งอาหารอะไรมาทาน

ก. ปลานึ่งราดพริก ไก่ต้มน้ำปลา

ข. ไก่ทอดน้ำปลา ปลาราดพริกสามรส

ค. ปลาราดพริกสามรส ต้มยำทะเล

ง. ต้มยำทะเล ผัดผักรวมมิตร

(3) ตะวันทานไอศกรีมรสอะไร

ก. กะทิมะพร้าวอ่อน ข. สตรอว์เบอร์รี

ค. วานิลลามะพร้าวอ่อน ง. กะทิ

(4) ข้อใดไม่ใช่ของหวานที่คำแก้วแนะนำ

ก. ลอดช่อง ข. ลูกตาลลอยแก้ว

ค. บัวลอยไข่หวาน ง. ข้าวเหนียวทุเรียน

5. ฟังและพูดแสดงความคิดเห็นกับเหตุการณ์นี้ 听一听，说说你的意见。

课外练习

ฟังและพูดสรุปเป็นภาษาไทย 听录音，然后使用泰语总结。

บทที่ ๙ การเดินทาง
第九课 出行

ประโยคที่มักใช้เกี่ยวกับการเดินทาง **出行常用句型**

คุณต้องการห้องพักแบบไหน 你需要什么样的房间？

คุณต้องการซื้อตั๋วไปกลับหรือตั๋วเที่ยวเดียว 你需要买往返票还是单程票？

มีบริการพิเศษอะไรบ้าง 有什么特别的服务吗？

คำศัพท์ 单词

รีสอร์ท	度假村	เลขาฯ	秘书
ห้องเตียงคู่	双人间	ประธานบริษัท	董事长
ห้องเตียงเดี่ยว	单人间	ไปกลับ	往返
สูบบุหรี่	吸烟	ตั๋วชั้นหนึ่ง	头等舱
เช็คเอ๊าท์	退房	ตั๋วชั้นประหยัด	经济舱
สระว่ายน้ำ	游泳池	ตั๋วชั้นธุรกิจ	商务舱
คืน	晚；退还	ท่าอากาศยาน	机场
คูปองอาหาร	餐券	เพิ่มเติม	加，补充
บัตรเครดิต	信用卡	ซิดนีย์	悉尼
หรู	豪华	บินตรง	直达
ดาดฟ้า	天台	เปลี่ยนเครื่อง	转机
ฟิตเนส	健身房	เส้นทาง	路线
คีย์การ์ด	房卡	เที่ยวบิน	航班
ทยอย	纷纷	โหลด	托运（行李）
ดึก	深夜	ห้องรับรอง	候机室

ดูงาน	考察	กระเป๋าเดินทาง	行李
ค่าประกัน	保险费	ตกเครื่อง	误机

แบบฝึกหัดการฟัง 听力练习题

1. ฟังและเขียนลงในตาราง 听录音，填写表格。

47

ภูเก็ต รีสอร์ท	
วันที่เข้าพัก	
วันที่เช็คเอ๊าท์	
ประเภทห้อง	
จำนวน	________ ห้อง
	☐ วิวทะเล ☐ วิวภูเขา ☐ ไม่มีหน้าต่าง
ราคารวม	

2. ฟังและเลือกข้อถูกต้องที่สุด 听录音，选择正确的答案。

48

(1) ผู้ชายต้องการเข้าพักกี่คืน

ก. 1 คืน ข. 2 คืน

ค. 3 คืน ง. 4 คืน

(2) เขาได้ห้องพักแบบไหนบ้าง

ก. ห้องเตียงเดี่ยว 1 ห้อง ห้องสูท 2 ห้อง

ข. ห้องเตียงเดี่ยว 2 ห้อง ห้องเตียงคู่ 1 ห้อง

ค. ห้องเตียงเดี่ยว 2 ห้อง ห้องสูท 2 ห้อง

ง. ห้องเตียงเดี่ยว 1 ห้อง ห้องเตียงคู่ 2 ห้อง

(3) ห้องเตียงเดี่ยวราคาเท่าไร

ก. 2200 บาท ข. 2500 บาท

ค. 1200 บาท ง. 1500 บาท

(4) เขาต้องซื้อคูปองอาหารเช้าเพิ่มอีกเท่าไร

ก. 200 บาท ข. 400 บาท

ค. 600 บาท ง. 500 บาท

(5) ข้อใดคือสิทธิพิเศษสำหรับลูกค้าที่ใช้บัตรเครดิต

ก. ทานอาหารเช้าฟรี

ข. มีบริการรับ-ส่งสนามบิน

ค. ลดราคาอาหารสุดหรูบนดาดฟ้า 50%

ง. สามารถเช็คเอ๊าท์เกินเวลาที่กำหนดได้

3. ฟังและเขียนลงในตาราง 听录音，填写表格。

49

สยามทัวร์					เลขที่ 016601
ชื่อผู้โดยสาร			เบอร์โทร		
สถานที่ออกบัตร	เส้นทางการเดินทาง		วันที่เดินทาง	เวลา	เลขที่นั่ง
สถานีขนส่งหมอชิต	จาก				
วันที่ออกตั๋ว	ถึง		ประเภทรถ	หมายเหตุ	ผู้จำหน่ายตั๋ว
27 ธ.ค. 2560				—	นัฏฐ์ชวัล

4. ฟังและเติมเครื่องหมาย √ ในข้อที่ถูกต้อง และเติมเครื่องหมาย × ในข้อที่ผิด 听录音，对的打“√”，错的打“×”。

50

(1) ท่านประธานกับสุนีไปประชุมที่ภูเก็ต ( )

(2) พวกเขาไปดูงานทั้งหมด 3 วัน   (   )

(3) พวกเขาเดินทางด้วยสายการบินสุวรรณภูมิ   (   )

(4) ค่าเครื่องบินขากลับราคา 9,216 บาท   (   )

(5) พวกเขาเดินทางกลับวันที่ 11 มิถุนายน   (   )

(6) พวกเขาขึ้นเครื่องบินขาไปที่ท่าอากาศยานดอนเมือง   (   )

(7) เลขาฯไปจองตั๋วเครื่องบินที่หน้าเคาท์เตอร์ของสายการบิน (   )

5. ฟังและเลือกข้อที่ถูกต้องที่สุด 听录音，选择正确的答案。

(51)

(1) ผู้โดยสารต้องการเดินทางไปที่ไหน

     ก. สิงคโปร์   ข. สุวรรณภูมิ   ค. มาเลเซีย   ง. ออสเตรเลีย

(2) ระยะเวลาเปลี่ยนเครื่องที่มาเลเซียและสิงคโปร์ต่างกันกี่ชั่วโมง

     ก. 1 ชั่วโมง   ข. 1 ชั่วโมงครึ่ง   ค. 2 ชั่วโมง   ง. 2 ชั่วโมงครึ่ง

(3) ผู้โดยสารจะเดินทางไปถึงปลายทางเวลาไหน

     ก. ตีหนึ่งครึ่ง   ข. ห้าทุ่มครึ่ง   ค. ทุ่มครึ่ง   ง. เที่ยงคืน

(4) เครื่องออกจากท่าอากาศยานสุวรรณภูมิกี่โมง

     ก. 07:00 น.   ข. 08:00 น.   ค. 11:30 น.   ง. 19:00 น.

(5) ค่าโดยสารทั้งหมดราคาเท่าไร

     ก. สี่หมื่นสองร้อยบาท   ข. สี่หมื่นห้าร้อยบาท

     ค. สี่หมื่นห้าพันสองร้อยบาท   ง. สี่หมื่นสองพันห้าร้อยบาท

6. ฟังและแสดงบทบาทสมมุติตามเรื่องที่ได้ฟัง 听录音，模拟情景对话。

(52)

课外
练习   **ฟังและพูดแสดงความคิดเห็นกับเหตุการณ์นี้** 听一听，说说

你的观点。

บทที่ ๑๐ การเที่ยวเมืองไทย
第十课 泰国旅游

คำศัพท์ 单词

เปิดหูเปิดตา	见世面	วิถีชีวิต	生活方式
อุดอู้	闷	เทียม	假冒，人造
วางแผน	计划	จัดฉาก	设置场景
ละเอียด	仔细	นักเดินทาง	游客
แม่น้ำเจ้าพระยา	湄南河	มืออาชีพ	专业的
เรือด่วน	快船	มือสมัครเล่น	业余
ธง	旗子	ชิลล์ (chill out)	放松
ตลาดน้ำ	水上市场	ลุย	探险
ฉากหนัง	镜头	ยอดฮิต	流行
ถ่ายแบบ	写真	อุดมสมบูรณ์	丰满，丰富
คำขวัญ	口号	ป่าดึกดำบรรพ์	原始森林
ของใช้	日用品	ดึงดูด	吸引
หัตถกรรม	手工	ประติมากรรม	雕塑
มนต์ขลัง	神奇	ฝาผนัง	墙
จิตรกรรมฝาผนัง	壁画	สะท้อน	体现

ชื่อจังหวัดในประเทศไทย 泰国府名

ราชบุรี	叻丕府
สมุทรสาคร	龙仔厝府
สมุทรสงคราม	夜功府

แบบฝึกหัดการฟัง 听力练习题

1. ฟังและเลือกข้อที่ถูกต้องที่สุด 听录音，选择正确的答案。

53

(1) ตะวันได้ไปเที่ยวกับเพื่อน ๆ หรือไม่ เพราะเหตุใด

ก. ไม่ไป เพราะเบื่อ

ข. ไม่ไป เพราะอยากอยู่บ้าน

ค. ไป เพราะทะเลที่ภาคใต้นั้นสวยมาก อาหารทะเลก็สด

ง. ไม่รู้ เพราะเขายังไม่ได้ตัดสินใจ

(2) คำแก้วชวนตะวันไปเที่ยวจังหวัดใด

ก. กระบี่และพังงา　　ข. ภูเก็ตและสตูล

ค. กระบี่และภูเก็ต　　ง. ภูเก็ตและตราด

(3) พวกเขาไปเที่ยวทั้งหมดกี่วัน

ก. 5 วัน　　ข. 2 วัน

ค. 3 วัน　　ง. 1 สัปดาห์

(4) ถ้าตะวันไปเที่ยวด้วย รวมเงินของทุกคนเป็นจำนวนกี่บาท

ก. 15,000 บาท　　ข. 1,500 บาท

ค. 150 บาท　　ง. 90,000 บาท

(5) ถ้าตะวันไม่ได้ไปเที่ยวด้วย พวกเขาจะไปเที่ยวกันกี่คน

ก. 4 คน　　ข. 5 คน　　ค. 6 คน　　ง. 7 คน

2. ฟังและเติมเครื่องหมาย √ ในข้อที่ถูกต้อง และเติมเครื่องหมาย × ในข้อที่ผิด 听录音，对的打“√”，错的打“×”。

54

(1) พระบรมมหาราชวังเรียกอีกชื่อหนึ่งว่าวัดพระแก้ว　(　)

(2) การเดินทางไปพระบรมมหาราชวังต้องขึ้นรถไฟฟ้าไปลงสถานีสะพานตากสิน　(　)

(3) ผู้หญิงไม่ใช่คนในพื้นที่แถวนั้น ( )

(4) ผู้หญิงไปสอบถามเส้นทางกับพนักงานขายตั๋ว BTS ( )

(5) พอถึงท่าเรือสาทรให้ลงเรือด่วนเจ้าพระยา ธงสีแดง ( )

(6) เดินออกจากท่าเรือแล้วจะเห็นวัดพระแก้วอยู่ทางซ้ายมือ ( )

3. ฟังและเลือกข้อที่ถูกต้องที่สุด 听录音，选择正确的答案。

55

(1) ตลาดน้ำดำเนินสะดวกอยู่จังหวัดใด

ก. ราชบุรี ข. สมุทรสาคร

ค. สมุทรสงคราม ง. ถูกทุกข้อ

(2) ตลาดน้ำที่เก่าแก่นับร้อยกว่าปีของไทยเป็นหนึ่งในคำขวัญประจำจังหวัดคือ

ก. ตลาดน้ำอโยธยา ข. ตลาดน้ำอัมพวา

ค. ตลาดน้ำดำเนินสะดวก ง. ตลาดนัด

(3) ตลาดน้ำดำเนินสะดวกเริ่มค้าขายตั้งแต่กี่โมงถึงกี่โมง

ก. 15.00-24.00 น. ข. 05.00-12.00 น.

ค. 05.00-21.00 น. ง. 07.00-21.00 น.

(4) เพราะเหตุใดนักท่องเที่ยวต่างชาติจึงอยากไปเที่ยวตลาดน้ำดำเนินสะดวก

ก. เป็นตลาดน้ำที่มีของขายเยอะมาก

ข. เป็นตลาดที่มนต์ขลัง

ค. เป็นตลาดน้ำที่สะท้อนวิถีชีวิตของคนย่านนั้น

ง. ถูกทุกข้อ

(5) จังหวัดราชบุรีเชื่อมต่อกับจังหวัดใดบ้าง

ก. สมุทรสาคร สมุทรสงคราม

ข. สมุทรปราการ สมุทรสาคร

ค. ปทุมธานี กรุงเทพฯ

ง. สุพรรณบุรี สมุทรปราการ

4. ฟังและเติมเครื่องหมาย √ ในข้อที่ถูกต้อง และเติมเครื่องหมาย × ในข้อที่ผิด 听录音，对的打“√”，错的打“×”。

56

(1) อุทยานแห่งชาติดอยอินทนนท์เป็นสถานที่ท่องเที่ยวที่นักท่องเที่ยวชอบมาก ( )

(2) ดอยอินทนนท์เป็นสถานที่ท่องเที่ยวมีต้นไม้โอบล้อมรอบภูเขา อากาศเย็นชุ่มฉ่ำตลอดทั้งปี ( )

(3) นักท่องเที่ยวที่มาเที่ยวดอยอินทนนท์จะประทับใจกับสีสันของใบไม้ป่าผลัดใบ ( )

(4) ในช่วงฤดูหนาว สภาพอากาศที่ดอยอินทนนท์หนาวเย็นและมีหิมะตก ( )

(5) ดอยอินทนนท์เป็นป่าใหญ่ดึกดำบรรพ์มีความอุดสมบูรณ์ อีกทั้งสภาพอากาศหนาวเย็นและชุ่มฉ่ำทั้งปี ( )

(6) ใบไม้จะผลัดใบช่วงปลายเดือนมกราคม ( )

5. ฟังและเลือกข้อที่ถูกต้องที่สุด 听录音，选择正确的答案。

57

(1) คนไทยส่วนใหญ่นับถือศาสนาอะไร

ก. ศาสนาพุด　　ข. ศาสนาพุทธ

ค. ศาสนาพุธ　　ง. ศาสนาพุท

(2) สถานที่ที่ใช้ในการประกอบกิจกรรมทางศาสนาคือสถานที่ใด

ก. ฝาผนัง　　ข. โบสถ์

ค. บ้าน　　ง. วัด

(3) ในประเทศไทยมีวัดทั้งหมดกี่แห่ง

ก. มีมากกว่า 33,002 แห่ง　　ข. มีมากกว่า 33,902 แห่ง

ค. มีมากกว่า 34,901 แห่ง　　ง. มีมากกว่า 43,209 แห่ง

(4) เพราะเหตุใดจึงเรียกประเทศไทยว่าเป็นเมืองพุทธ

ก. คนไทย 94% นับถือศาสนาพุทธ

ข. เมืองไทยมีวัดเยอะมาก

ค. คนไทยใจดี มีน้ำใจ

ง. ไม่มีข้อใดถูกต้อง

(5) สิ่งที่ดึงดูดนักท่องเที่ยวให้มาเที่ยววัดคือ

ก. จิตรกรรมฝาผนัง

ข. งานประติมากรรมภายในวัด

ค. ถูกทั้งข้อ ก และ ข

ง. ไม่มีข้อใดถูกต้อง

课外练习

ฟังและพูดสรุปเป็นภาษาไทย 听录音，然后使用泰语总结。

บทที่ ๑๑ เทศกาลของไทย
第十一课 泰国节日

คำศัพท์ 单词

ตึกรามบ้านช่อง	房子，楼	ทำบุญตักบาตร	斋僧行善
โคมไฟ	灯笼	ปล่อยนกปล่อยปลา	放生
ตกแต่ง	布置	น้ำอบไทย	泰式香水
วันลอยกระทง	水灯节	ให้พร	祝福
ขอขมา	道歉	ของมีค่า	宝贵的东西
พระแม่คงคา	恒河女神	ภาคอีสาน	泰国的东北部
ต้นกล้วย	芭蕉树	เดิม	原来
ใบตอง	芭蕉叶	อิทธิพล	影响
ทุ่นน้ำ	浮子	ภูตผีปีศาจ	鬼
พับ	折	กาบมะพร้าว	椰子壳
ธูปเทียน	香烛	แกะสลัก	刻
จุดพลุ	放烟花	กินเจ	吃斋
โคมลอย	天灯	ลัทธิเต๋า	道教
สาดน้ำ	泼水	ทราย	沙子
เอเชียตะวันออกเฉียงใต้	东南亚	งด	禁止
นุ่งขาวห่มขาว	全身穿白色衣服		

แบบฝึกหัดการฟัง 听力练习题

1. ฟังและเติมเครื่องหมาย √ ในข้อที่ถูกต้อง และเติมเครื่องหมาย × ในข้อที่ผิด 听录音，对的打“√”，错的打“×”。

58

(1) ผู้ชายเคยมาร่วมงานลอยกระทงแล้ว ( )

(2) การประกวดนางนพมาศมีเฉพาะจังหวัดเชียงใหม่เท่านั้น   (   )

(3) เราจะใช้ใบตองทำเป็นฐานกระทง วางดอกไม้ และนำไปลอยน้ำ

(   )

(4) ลอยกระทงเป็นเทศกาลสำคัญอย่างหนึ่งของไทยที่จัดทั่วประเทศ

(   )

(5) ลอยกระทงตรงกับวันที่ 15 ธันวาคม   (   )

(6) ผู้คนมักนำกระทงไปประดับตกแต่งหน้าบ้านของตนเอง   (   )

2. ฟังและเลือกข้อที่ถูกต้องที่สุด 听录音，选择正确的答案。

(1) มานะจะมาถึงเมืองไทยวันที่เท่าไร

     ก. วันที่ 11 เมษายน   ข. วันที่ 12 เมษายน

     ค. วันที่ 13 เมษายน   ง. วันที่ 14 เมษายน

(2) คำแก้วจะพามานะไปเล่นน้ำที่ไหน

     ก. ถนนข้าวสาร   ข. ถนนขนทราย   ค. ถนนสาดน้ำ   ง. สยามสแควร์

(3) นอกจากเล่นน้ำสงกรานต์แล้วคนไทยทำอะไรบ้าง

     ก. ขนข้าวสารไปวัด   ข. สาดน้ำผู้ใหญ่

     ค. ทำบุญตักบาตร   ง. ข้อ ข และ ค ถูกต้อง

(4) ข้อใดกล่าวถูกต้อง

     ก. คนไทยมักจะเอาน้ำไปสาดผู้ใหญ่และผู้ใหญ่จะอวยพร

     ข. ขนทรายเข้าวัด เพื่อเราจะได้ร่ำรวยเงินทองเหมือนเม็ดทรายที่นับไม่ถ้วน

     ค. มานะเคยมาเล่นน้ำสงกรานต์ที่ไทย

     ง. เล่นน้ำสงกรานต์ต้องระวังของมีค่าของตัวเอง

3. ฟังและเขียนตอบคำถาม 听录音后将正确答案填在横线上。

(1) เทศกาลผีตาโขนคนอีสานเรียกว่าอะไร

_____

(2) ผีตาโขนแต่เดิมมีชื่อเรียกว่าอะไร

___

(3) เทศกาลนี้มักจะจัดกี่วัน

___

(4) หน้ากากรูปผีทำมาจากอะไร

___

(5) เทศกาลนี้จัดขึ้นในอำเภอและจังหวัดอะไร

___

61

(1) เทศกาลกินเจตรงกับวันอะไร

___

(2) เทศกาลกินเจจัดขึ้นจังหวัดใดในประเทศไทย

___

(3) เทศกาลกินเจเริ่มต้นมาจากประเทศอะไร

___

(4) ปัจจุบันเทศกาลกินเจได้ขยายออกไปยังประเทศอะไรบ้างในเอเชียตะวันออกเฉียงใต้

___

(5) ข้อห้ามหลักของเทศกาลนี้คืออะไร

___

课外练习 **ฟังและพูดสรุปเป็นภาษาไทย** 听录音，然后使用泰语总结。

บทที่ ๑๒ อาหารไทยสี่ภาค
第十二课 泰国四部美食

คำศัพท์ 单词

อดีต	从前，过去	ผสมผสาน	混合
ส่วนหนึ่ง	一部分	คล้ายคลึง	相似
อาณาจักร	疆土，版图	หอยนางรม	生蚝
เรืองอำนาจ	势力强盛	กุ้งมังกร	龙虾
ดินแดน	区域，国土	ที่ราบลุ่ม	平原，平地
อพยพ	迁移	วัตถุดิบ	原料
ตั้งถิ่นฐาน	安家	การปรุงรส	调味
ข้าวเหนียว	糯米饭	ราชสำนัก	内廷
ไขมัน	油脂；油腻	ข้าวสวย	白米饭
หยวกกล้วย	（芭蕉树干的）芯轴	กะทิ	椰奶
ขันโตก	高脚托盘	มะกอก	橄榄
แห้งแล้ง	干燥	ปลาร้า	泰国腌鱼酱
เขียด	浮蛙		

แบบฝึกหัดการฟัง 听力练习题

ฟังและเขียนตอบคำถาม 听录音后将正确答案填在横线上。

62

(1) อาหารภาคเหนือได้รับอิทธิพลมาจากประเทศใด

____

(2) คนภาคเหนือมักทานข้าวแบบไหนเป็นหลัก

(3) ทำไมอาหารเหนือส่วนใหญ่มีไขมันมาก

(4) การรับประทานอาหารของคนภาคเหนือจะนั่งทานแบบไหน

(5) ยกตัวอย่างอาหารเหนือ

63

(1) ภาคตะวันออกเฉียงเหนือมีชื่อเรียกอีกอย่างหนึ่งว่าอะไร

(2) ทำไมอาหารของคนภาคนี้ต้องใช้วิธีถนอมอาหาร

(3) ยกตัวอย่างเนื้อสัตว์ที่นำมาปรุงอาหาร

(4) รสเค็มของอาหารภาคนี้มาจากอะไร

64

(1) อาหารภาคใต้คล้ายคลึงกับอาหารประเทศใด

(2) อาหารอะไรมีการผสมผสานระหว่างอาหารพื้นบ้านกับอาหารอินเดีย

(3) รสชาติของอาหารใต้เป็นอย่างไร

(4) ยกตัวอย่างแกงที่มีชื่อเสียงของภาคใต้

____

65

(1) สภาพภูมิศาสตร์ของภาคกลางเป็นอย่างไร

____

(2) อาหารภาคกลางได้รับอิทธิพลมาจากที่ใด

____

(3) อาหารประเภทแกงเผ็ดทุกชนิดมักใส่อะไรเป็นหลัก

____

(4) ยกตัวอย่างอาหารภาคกลาง

____

课外练习 **ฟังและพูดสรุปอาหารไทยสี่ภาคเป็นภาษาไทย 听录音，然后使用泰语总结泰国四部美食。**

ต้นฉบับบทบันทึกเสียงและเฉลยแบบฝึกหัดการฟัง
录音材料及习题答案

บทที่ ๑ การทักทายและการแนะนำ
第一课　问候与介绍

1 录音

ก. สวัสดีค่ะ คุณสมชาย

ข. คุณสุนี สวัสดีครับ ไม่ได้เจอกันเสียนาน สบายดีไหมครับ

ก. ก็เรื่อย ๆ ค่ะ คุณล่ะคะ

ข. สบายดีครับ ช่วงนี้งานยุ่งไหมครับ

ก. ค่อนข้างยุ่งค่ะ ฉันทำงานทุกวันเลย

ข. พักผ่อนบ้างนะครับ

ก. ขอบคุณที่เป็นห่วงค่ะ

答案

(1) ×　(2) ×　(3) √　(4) ×　(5) √

2 录音

ก. สวัสดีค่ะ ฉันชื่อคำแก้วค่ะ คุณชื่ออะไรคะ

ข. สวัสดีครับ ผมชื่อมานะครับ

ก. ไม่ทราบว่า คุณเป็นคนที่ไหนหรือคะ

ข. ผมเป็นคนจีนครับ มาอยู่เมืองไทยได้ 2 ปีแล้ว

ก. โอ้โห พูดภาษาไทยเก่งนะคะ

ข. ขอบคุณครับ

ก. ยินดีที่ได้รู้จักค่ะ

ข. ยินดีที่ได้รู้จักเช่นกันครับ

答案

(1) ×　　(2) √　　(3) ×　　(4) ×　　(5) √

3 录音

ก. สวัสดี คำแก้ว

ข. สวัสดี ตะวัน เป็นไงบ้าง ไม่ได้เจอกันเสียนานเลย

ก. ก็เรื่อย ๆ ช่วงนี้ไม่เห็นเธอไปไหนมาไหนกับแฟนเลยนะ

ข. ช่วงนี้แฟนเรายุ่ง ๆ ไม่ค่อยมีเวลาเจอกันสักเท่าไหร่ แล้วนายล่ะ
เมื่อไหร่จะมีแฟน อยู่คนเดียวไม่เหงาหรือ

ก. เราโอเคนะ อยู่แบบนี้สบายใจกว่า แล้วเธอจะไปไหนหรือ

ข. กำลังจะกลับบ้าน

ก. เดินทางปลอดภัยนะ

ข. ขอบใจจ้ะ

答案

(1) ง　　(2) ข　　(3) ค

4 录音

(1) สวัสดีค่ะ ฉันชื่อสุนี เป็นเลขาฯของคุณประชาค่ะ

(2) ไม่ได้เจอกันเสียนาน คุณสบายดีไหมคะ

(3) ผมชื่อมานะครับ เป็นคนจีน ยินดีที่ได้รู้จักทุกคนนะครับ

(4) แล้วพบกันใหม่นะคะ

答案

(1) ฉันชื่อ　　(2) สบายดีไหมคะ　　(3) ยินดีที่ได้รู้จัก　　(4) พบ

5 录音

1. สวัสดีค่ะ ฉันชื่อคำแก้ว อายุ 20 ปี เป็นคนไทยค่ะ

2. สวัสดีครับ ผมชื่อสมชาย อายุ 30 ปี เป็นพนักงานบริษัทครับ

3. สวัสดีค่ะ ฉันชื่อมะลิ อายุ 18 ปี เป็นนักศึกษาค่ะ

4. สวัสดีครับ ผมชื่อมานะ อายุ 19 ปี ผมเป็นคนจีนครับ

答案

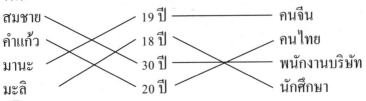

สมชาย	19 ปี	คนจีน
คำแก้ว	18 ปี	คนไทย
มานะ	30 ปี	พนักงานบริษัท
มะลิ	20 ปี	นักศึกษา

6 录音

(1) ฉันชื่อยาย่า อายุ 24 ปี เป็นคนอังกฤษ ฉันเป็นเพื่อนกับมะลิเธอเป็นคนไทย

(2) ผมชื่อสมชาย อายุ 30 ปี เป็นคนเวียดนาม แต่ชอบทานอาหารเกาหลี ผมมาทำงานที่เมืองไทยได้สามปีแล้ว ตอนนี้มีแฟนเป็นคนไทยครับ

(3) สวัสดีค่ะ ฉันชื่อมะลิ เป็นคนไทยค่ะ อายุ 21 ปีค่ะ เรียนสาขาวิชาภาษาไทย ฉันกับยาย่าเรียนมหาวิทยาลัยเดียวกัน เราเป็นเพื่อนกันค่ะ

(4) สวัสดีครับ ผมชื่อมานะ อายุ 20 ปี เป็นคนจีน ผมเรียนภาษาไทยได้สองปีแล้ว ผมชอบภาษาไทยและอาหารไทยมากครับ

答案

ชื่อ ยาย่า
อายุ 24 ปี
มาจากประเทศอังกฤษ

ชื่อ สมชาย
อายุ 30 ปี
มาจากประเทศเวียดนาม

ชื่อ มะลิ
อายุ 21 ปี
มาจากประเทศไทย

ชื่อ มานะ
อายุ 20 ปี
มาจากประเทศจีน

7 录音

คำแก้ว: สวัสดี ตะวัน

ตะวัน: สวัสดี คำแก้ว ไปไหนมาหรือ

คำแก้ว: ฉันไปชอปปิงกับรูมเมทมา นี่พิมพาเป็นรูมเมทของฉัน
พิมพา นี่ตะวัน เพื่อนที่คณะของฉัน

พิมพา: ยินดีที่ได้รู้จักนะ ตะวัน

ตะวัน: เช่นกันครับ เธอเรียนสาขาอะไรหรือ

พิมพา: ฉันเรียนภาษาเวียดนาม ตะวันทานข้าวหรือยัง
ฉันกับคำแก้วกำลังจะไปหาอะไรทานอยู่พอดีเลย ไปด้วยกันไหม

ตะวัน: ผมทานแล้วครับ ขอบคุณที่ชวน ไว้วันหลังแล้วกันนะครับ

พิมพา: งั้นพวกเราไปก่อนนะคะ แล้วเจอกันค่ะ

ตะวัน: ครับ แล้วเจอกันใหม่ครับ

8 录音

ก. สวัสดีค่ะ อาจารย์ ยังแข็งแรงเหมือนเดิมเลยนะคะ

ข. อ้าว สุนี ไม่ได้เจอกันตั้งนาน ตอนนี้โตเป็นสาวสวยแล้ว
อาจารย์จำแทบไม่ได้

ก. หนูไม่ได้เจออาจารย์เกือบสิบปี ตั้งแต่เรียนจบ หนูก็ไปทำงานที่ประเทศจีน
อาจารย์สบายดีไหมคะ

ข. สุขภาพไม่ค่อยดีเหมือนเมื่อก่อน ปวดหลัง ปวดเอวบ่อย ๆ
แก่แล้วก็แบบนี้แหละ

ก. ดูแลสุขภาพด้วยนะคะอาจารย์ พักผ่อนเยอะ ๆ นะคะ

ข. จ้ะ ขอบใจมาก

答案

(1) อาจารย์

(2) เธอไปทำงาน ที่ประเทศจีน

(3) สุขภาพไม่ค่อยดีเหมือนเมื่อก่อน ปวดหลัง ปวดเอวบ่อย ๆ

(4) สุนีบอกให้อาจารย์ดูแลสุขภาพและพักผ่อนเยอะ ๆ

บทที่ ๒ ครอบครัว
第二课 家庭

🎧⑨ 录音

ก. คำแก้ว นี่รูปครอบครัวของเธอหรือ

ข. ใช่จ้ะ

ก. ครอบครัวใหญ่จัง

ข. นี่รูปคุณปู่กับคุณย่าของฉัน รูปนี้พี่ชาย น้องสาว และน้องชายของฉัน

ก. วันนี้พ่อกับแม่ไม่อยู่บ้านหรือ

ข. พ่อกับแม่ไปทำงานยังไม่กลับเลย

ก. รูปนี้ใครหรือ สวยเชียว ต้องเป็นแม่ของเธอแน่ ๆ

ข. ไม่ใช่จ้ะ คนนี้ป้าของฉันเอง

ก. นี่รูปพี่สาวเธอหรือเปล่า

ข. นั่นรูปแฟนของพี่ชายฉันชื่อพี่จิ๊บ แล้วครอบครัวของเธอมีกี่คนหรือ

ก. ครอบครัวของฉันมี 5 คน มี พ่อ แม่ น้องสาว น้องชาย และฉัน

答案

(1) พวกเขาดูรูปครอบครัว ครอบครัวของคำแก้วมีกี่คน

☐ 6   ☐ 7   ☐ 8   ☑ 9

(2) ครอบครัวของคำแก้วมีใครบ้าง

☑ พ่อ   ☑ แม่   ☐ พี่สาว   ☑ น้องสาว

☑ พี่ชาย   ☑ น้องชาย   ☑ ปู่   ☑ ย่า

☐ ตา   ☐ ยาย   ☑ ป้า   ☐ ลุง

🎧⑩ 录音

    วันนี้บ้านของเราจัดปาร์ตี้ ครอบครัวของฉันเป็นครอบครัวใหญ่ คุณย่าของฉันนั่งอยู่ทางซ้ายสุดของโต๊ะ และนั่งตรงกันข้ามกับย่าก็คือปู่ของฉันเอง ท่านเป็นคนใจดีมาก ฉันมีลูกสาวหนึ่งคน วันนี้น้องชายและน้องสะใภ้พาลูกชายวัย 1 ขวบมาด้วย

นั่งตรงกันข้ามกับน้องชายคือน้องสาวของฉัน เธอยังโสด นั่งข้างซ้ายของน้องสาวคือตากับยาย วันนี้พี่สาวของฉันทำอาหารให้พวกเราทาน ครอบครัวเราชอบจัดปาร์ตี้แบบนี้ทุก ๆ ปี เราจะได้กินข้าวกันพร้อมหน้าพร้อมตา ได้พูดคุยกัน เป็นช่วงเวลาที่เรามีความสุขที่สุดค่ะ

答案

11 录音

คำแก้ว: ฉันบอกพ่อแม่แล้วนะ ว่าวันนี้มะลิจะมาค้างที่บ้าน

มะลิ: แล้วพ่อกับแม่เธอไม่อยู่บ้านหรือ

คำแก้ว: พ่อกับแม่ออกไปทำธุระข้างนอก เดี๋ยวก็กลับมาแล้ว

มะลิ: คำแก้ว เธอมีพี่น้องหรือเปล่า

คำแก้ว: มีสิ ฉันมีพี่ชายสองคน

มะลิ: นี่รูปพี่ชายเธอใช่ไหม หล่อจัง

คำแก้ว: ใช่จ้ะ คนนี้ชื่อพี่หนึ่ง คนนี้ชื่อพี่สอง พี่หนึ่งเป็นอาจารย์สอนภาษาจีน พี่สองเป็นหมอ

มะลิ: โอ้โห พี่ชายเธอเก่งจัง น่าอิจฉาจริง ๆ

คำแก้ว: แล้วมะลิล่ะ มีพี่น้องหรือเปล่า

มะลิ: ฉันมีน้องชายคนเดียวจ้ะ เรียน ม.4 แล้วพ่อกับแม่เธอทำงานอะไรหรือ

คำแก้ว: พ่อฉันเป็นตำรวจ แม่ฉันเป็นข้าราชการกระทรวงศึกษาธิการ

แล้วพ่อแม่เธอล่ะ

มะลิ: พ่อกับแม่ฉันเป็นพนักงานบริษัท

答案

(1) ง   (2) ค   (3) ข   (4) ค   (5) ข   (6) ง   (7) ก

12 录音

ก. สวัสดีค่ะ คุณป้า ไม่ได้เจอกันเสียนานเลย เป็นยังไงบ้างคะ

ข. อ้าว คำแก้ว ป้าสบายดีจ้ะ มา ๆ มาทานข้าวด้วยกันก่อน

ก. ไม่เป็นไรค่ะป้า หนูเพิ่งทานมา เลยแวะซื้อของหวานเจ้าโปรดของป้ามาให้

ข. โห น่ากินเชียว ขอบใจมากจ้ะ มานั่งเล่นในบ้านป้าก่อนสิ

ก. หนูต้องไปแล้วค่ะ วันนี้นัดเพื่อนไปดูหนัง ไว้วันหลังหนูจะแวะมาเยี่ยม
   ใหม่นะคะ

ข. จ้ะ

答案

(1) ×   (2) ×   (3) √   (4) √

13 录音

1. สวัสดีค่ะ ฉันชื่อคำแก้ว ฉันมีพี่ชายสองคน เพื่อนของฉันชื่อยาย่า เป็นคน
   อังกฤษค่ะ

2. สวัสดีครับ ผมชื่อสมชาย ผมมีน้องสาวหนึ่งคน แป้งหอมเป็นญาติของผม
   เธอน่ารักมากครับ

3. สวัสดีค่ะ ฉันชื่อมะลิ ฉันมีน้องชายหนึ่งคน อาของฉันชื่อพรพรรณ
   เป็นภรรยาของอาสมชายค่ะ

4. สวัสดีค่ะ ฉันชื่อพรพรรณ ฉันมีหลานสาวสองคน ชื่อมะลิกับคำแก้วค่ะ

答案

พรพรรณ	มีพี่ชายสองคน	เป็นญาติกับแป้งหอม
มะลิ	มีน้องชายหนึ่งคน	เป็นภรรยาของสมชาย
คำแก้ว	มีหลานสาวสองคน	มีเพื่อนเป็นคนอังกฤษ
สมชาย	มีน้องสาวหนึ่งคน	เป็นหลานของอาพรพรรณ

录音

ก. หนูกลับมาแล้วค่ะ สวัสดีค่ะ คุณแม่

ข. คำแก้ว ไปล้างมือแล้วมากินข้าวนะลูก

ก. ค่ะ แม่

ข. วันนี้เรียนเป็นยังไงบ้างลูก

ก. วันนี้เรียนสนุกมากค่ะ ได้เรียนกับอาจารย์ฝรั่ง สอนสนุกมากเลยค่ะ

ข. อื้ม ดี ๆ วันนี้การบ้านเยอะไหม

ก. ไม่เยอะเท่าไรค่ะ แม่คะ มะรืนนี้วันเสาร์เป็นวันเกิดของหนูพอดี หนูชวน
เพื่อนมากินข้าวที่บ้านเราได้ไหมคะ

ข. ได้สิ แม่จะเตรียมของอร่อย ๆ ให้นะ

ก. ขอบคุณค่ะแม่ หนูรักแม่ที่สุดเลย

答案

(1) ไปโรงเรียนมา

(2) ทานข้าวกับแม่

(3) วันนี้คำแก้วเรียนสนุกมาก ได้เรียนกับอาจารย์ฝรั่ง

(4) วันพฤหัสบดี

(5) วันนี้เป็นวันเสาร์ วันเกิดของคำแก้ว เธอชวนเพื่อน ๆ มาทานข้าวที่บ้าน

 录音

สวัสดีค่ะ ฉันชื่อแป้งหอม อายุ 14 ปี บ้านของฉันอยู่กรุงเทพฯค่ะ
พ่อของฉันเป็นคนจีน แม่ของฉันเป็นคนไทย ฉันมีพี่สาวสองคน ชื่อ
พี่ชมพู่กับพี่ส้มโอ พี่ชมพู่แก่กว่าฉันห้าปี ตอนนี้เรียนอยู่ที่ประเทศจีน
ส่วนพี่ส้มโอแก่กว่าฉันสามปี เรียนโรงเรียนเดียวกับฉัน เราสองคนไปโรงเรียนพร้อม
กันกลับบ้านพร้อมกัน ฉันมีน้องชายหนึ่งคนค่ะ ชื่อต้นกล้า อายุสิบสอง
ปี ปิดเทอมพ่อแม่จะพาเราไปเที่ยวต่างประเทศทุกปี ปีนี้พวกเราจะไปหาพี่ชมพู่
ที่ประเทศจีน ฉันตื่นเต้นมาก เพราะเป็นครั้งแรกที่จะได้ไปเที่ยวประเทศจีน

答案

(1) 6 คน มี พ่อ แม่ พี่สาวสองคน น้องชายหนึ่งคนและแป้งหอม

(2) พี่ชมพู่อายุ 19 ปี พี่ส้มโออายุ 17 ปี

(3) เรียนโรงเรียนเดียวกันกับพี่ส้มโอ

(4) ไปเที่ยวต่างประเทศ

(5) ประเทศจีน

บทที่ ๓ งานอดิเรก
第三课　爱好

16 录音

ก. โอ้โห คุณวาดรูปสวยจัง

ข. ขอบคุณค่ะ ปกติเวลาไม่มีอะไรทำ ฉันจะนั่งวาดรูปค่ะ

ก. ผมไม่เคยเห็นใครวาดสวยเท่านี้มาก่อนเลย

ข. ไม่หรอกค่ะ คุณชมเกินไปแล้ว คุณชอบวาดรูปไหมคะ

ก. ผมวาดไม่เป็นหรอกครับ

ข. แล้วงานอดิเรกของคุณคืออะไรหรือคะ

ก. ผมชอบตีกอล์ฟครับ บางทีก็ไปเดินป่า

ข. น่าสนุกจังเลยนะคะ

答案

(1) ข　(2) ง　(3) ค

17 录音

ก. คำแก้ว ซื้ออะไรอยู่หรือ

ข. กำลังเลือกโปสการ์ดสวย ๆ อยู่จ้ะ

ก. จะส่งไปให้พ่อกับแม่หรือ

ข. เปล่า เราชอบสะสมโปสการ์ดสวย ๆ เวลาเราไปเที่ยวที่ไหนก็จะซื้อโปสการ์ดที่นั่นเก็บไว้ ตะวันช่วยเราเลือกหน่อยสิ

ก. ได้เลย เราว่ารูปวิวกับวัดนี่ก็ไม่เลวนะ

ข. ตะวันชอบสะสมอะไรเป็นพิเศษหรือเปล่า

ก. เราชอบสะสมรถของเล่น

ข. น่าสนใจนะ ตอนนี้สะสมได้เยอะหรือยัง

ก. เราสะสมได้ 10 กว่าชิ้นแล้วล่ะ

ข. ไว้ว่าง ๆ พาเราไปดูของสะสมของตะวันหน่อยนะ

ก. ได้สิ

答案

ตะวัน

☑ ช่วยเลือกโปสการ์ดสวย ๆ

☐ ชอบสะสมรถยนต์

☐ คำแก้วเป็นน้องสาวของตะวัน

☑ ตะวันกับคำแก้วอยู่ที่ร้านขายของที่ระลึก

☐ เขามีรถยนต์สิบกว่าคัน

คำแก้ว

☐ ไม่ชอบไปเที่ยว ชอบอยู่บ้าน

☐ ชอบสะสมของเล่น

☐ ต้องการซื้อโปสการ์ดไปให้พ่อกับแม่

☑ อยากไปดูของสะสมของตะวัน

☑ เวลาไปเที่ยวจะซื้อโปสการ์ดของที่นั่นเก็บไว้

🎧(18) 录音

ก. สวัสดีค่ะ ท่านประธาน บังเอิญจังเลยนะคะ ไปไหนมาหรือคะ

ข. อ้าว คุณสุนี ผมไปตีกอล์ฟกับภรรยามาครับ แล้วคุณล่ะ ไปไหนมาครับ

ก. ฉันไปปีนหน้าผากับเพื่อน ๆ มาค่ะ ช่วงวันหยุดยาวแบบนี้ท่านไม่ได้ไปเที่ยว
    ต่างประเทศเหมือนทุกครั้งหรือคะ

ข. เบื่อแล้วครับ ปีนี้เที่ยวเมืองไทยบ้าง เปลี่ยนบรรยากาศบ้างก็ไม่เลว
    คุณไม่ชวนสามีมาปีนหน้าผาด้วยหรือ

ก. วันนี้สามีติดงานค่ะ เลยไม่ได้มาด้วย

ข. เป็นอย่างนี้นี่เอง คุณสุนี ช่วยแจ้งพนักงานท่านอื่นให้ผมที

วันคริสมาสต์นี้เชิญมาปาร์ตี้ที่บ้านผมนะ
ก. ได้ค่ะ
ข. ผมไปก่อนนะ เจอกันวันคริสมาสต์ครับ
ก. สวัสดีค่ะท่าน

答案

(1) × (2) × (3) √ (4) × (5) √ (6) √

19 录音

ก. สวัสดี ตะวัน จะไปไหนหรือ
ข. เราจะไปเตะบอลกับเพื่อน แล้วคำแก้วกับมะลิล่ะ จะไปไหนหรือ
ก. เราจะไปว่ายน้ำจ้ะ
ข. แล้วแป้งหอมไม่ไปด้วยหรือ
ก. แป้งหอมว่ายน้ำไม่เป็น ตอนนี้นั่งดูซีรีส์เกาหลีอยู่ที่ห้อง
ค. สวัสดี ตะวัน คำแก้ว มะลิ
ข. สวัสดี มานะ
ก. สวัสดีจ้ะ มานะแต่งตัวหล่อแบบนี้จะไปเดทกับแฟนหรือ
ค. เปล่า วันนี้อากาศดี เราอยากจะไปถ่ายรูปวิวสวย ๆ น่ะ
ก. วิวสวย ๆ ที่ไหนหรือ
ค. ที่ภูกระดึง เราจะไปนอนที่นั่นสักสองคืน ถ่ายรูปพระอาทิตย์ขึ้นทะเลหมอกตอนเช้า ๆ คงสวยมาก
ก. น่าไปจัง วันหลังถ้าจะไปถ่ายรูปบอกเราด้วยนะ เราก็ชอบถ่ายรูปเหมือนกัน แต่ฝีมือการถ่ายรูปของเราคงสู้มานะไม่ได้หรอก
ค. เรื่องนั้นไม่ต้องห่วง เดี๋ยวเราช่วยสอนให้

答案

(1) ข (2) ข (3) ก (4) ง (5) ค

20 录音

(เสียงชัตเตอร์)
ก. นี่ คำแก้ว เมื่อไรผมจะได้กินข้าวสักที

ข. ขออีกรูปนะ

ก. มากินข้าวกับคุณทีไร ต้องรอคุณถ่ายรูปอาหารเกือบ 10 นาที
รอจนอาหารเย็นหมดแล้ว

ข. นี่ยังไม่ชินอีกหรือ ก็ฉันเคยบอกแล้วว่ามันเป็นงานอดิเรกของฉัน

ก. ถ้าไม่ติดว่าร้านนี้อร่อย ผมจะไม่มากินข้าวกับคุณเด็ดขาด

ข. ตะวัน คุณนี่ไม่รู้อะไรเลยนะ รูปภาพพวกนี้ให้เงินกับฉันจ้ะ
นอกจากฉันจะชอบถ่ายรูปอาหารแล้ว ฉันยังชอบเขียนบล็อก
รีวิวอาหารทุกที่ที่ฉันไปกิน ตอนนี้คนติดตามบล็อก
ของฉันหลายหมื่นคนเลยนะ แล้ววันนี้ที่เรามากินข้าวก็ฟรีจ้ะ แถมได้ตังด้วย

ก. ไม่น่าเชื่อเลยนะ งานแบบนี้ก็มีด้วย กินฟรี แถมได้เงินด้วย ดีจริง ๆ
ผมก็อยากทำบ้างนะ

答案

(1) ×   (2) ×   (3) ×   (4) √   (5) √   (6) √

21 录音

　　ฉันชื่อมะลิ อายุ 21 ปี เป็นนักศึกษา เรียนภาษาไทย ปกติ
วันเสาร์ฉันจะไปชอปปิง ดูหนัง วันอาทิตย์ฉันและเพื่อน ๆ จะไปว่ายน้ำ
ด้วยกัน บางครั้งเบื่อ ๆ ไม่อยากออกไปไหน ฉันจะอ่านนิยายหรือไม่ก็ดู
ซีรีส์เกาหลีอยู่ที่ห้อง

　　ผมชื่อมานะครับ อายุ 23 ปี เป็นคนจีน ตอนนี้เรียนปริญญาโทที่
ประเทศไทยครับ ผมชอบไปเดินป่ากับเพื่อน ๆ ครับ แต่แฟนผมไม่ชอบอะ
ไรแบบนี้เลยครับ เธอชอบชอปปิง ดูซีรีส์ มีสิ่งเดียวที่เราชอบเหมือนกันคือ
เราชอบทำอาหารครับ ผมชอบทำอาหารจีน ส่วนเธอชอบทำอาหารไทย

　　ฉันชื่อสุนี อายุ 30 ปี เป็นพนักงานบริษัท เวลาว่างฉันชอบถักไหมพรม
ทำเป็นผ้าพันคอ หมวก และกระเป๋าไปขาย หารายได้พิเศษ ช่วงวันหยุด
ฉันกับเพื่อน ๆ จะนัดกันไปเที่ยวต่างประเทศ

ผมชื่อสมชายครับ ผมกับมานะเป็นเพื่อนกัน อายุเท่ากัน มานะเรียนปริญญาโท ส่วนผมทำงานบริษัทครับ วันหยุดผมชอบเที่ยว ชมธรรมชาติ ทะเล ภูเขา น้ำตก มันทำให้ผมรู้สึกผ่อนคลาย สดชื่น มี แรงที่จะกลับไปทำงานต่อ

答案

(1) ง　　(2) ก　　(3) ข　　(4) ค　　(5) ง

ชื่อ	อายุ	อาชีพ	งานอดิเรก
มะลิ	21	นักศึกษา	ชอปปิง ดูหนัง ว่ายน้ำ อ่านนิยาย ดูซีรี่ส์เกาหลี
สุนี	30	พนักงานบริษัท	ถักไหมพรม เที่ยวต่างประเทศ
มานะ	23	นักศึกษา	เดินป่า ทำอาหาร
สมชาย	23	พนักงานบริษัท	เที่ยวชมธรรมชาติ

<h1 style="text-align:center">บทที่ ๔　สี
第四课　颜色</h1>

 录音

ก. สุนี คุณว่าตัวไหนดีกว่ากัน สีขาวหรือว่าสีฟ้าดี

ข. ดิฉันว่าตัวสีฟ้าก็ดีนะคะ เข้ากันกับแจ็คเก็ตสีเทาของท่าน

ก. คุณว่าอย่างนั้นหรือ แต่ผมว่ามันไม่เข้ากับเนคไทของผมนะ หรือคุณว่าไง

ข. อืม ก็จริงนะคะ

ก. โอเค งั้นผมเอาตัวสีขาว ไม่เอาตัวสีฟ้าแล้วกัน

答案

(1) ×　　(2) ×　　(3) ×　　(4) √

 录音

ก. ขอโทษค่ะ รบกวนช่วยหยิบกระเป๋าใบนั้นให้ดูหน่อยค่ะ

ข. ใบไหนครับ

ก. ใบกลม ๆ สีแดงค่ะ อยู่ด้านขวาของกระเป๋าสีเขียวค่ะ

ข. คุณตาถึงจริง ๆ ใบนี้สวยมากครับ

ก. ราคาเท่าไรคะ

ข. 300 บาทครับ

ก. โอ้โห ทั้งสวยทั้งถูก ฉันเอาใบนี้ค่ะ

答案

(1) ×　　(2) ×　　(3) √　　(4) ×　　(5) √

 录音

ก. คำแก้ว กำลังทำอะไรอยู่หรือ

ข. เรากำลังห่อของขวัญให้มะลิอยู่จ้ะ

ก. วันนี้วันเกิดมะลิหรือ ผมลืมไปเลย

ข. ไม่ใช่วันนี้จ้ะ มะรืนนี้เป็นวันเกิดของมะลิ

ก. งั้นดีเลย พรุ่งนี้วันเสาร์ เธอช่วยเราเลือกซื้อของขวัญให้มะลิหน่อยสิ

ข. ได้สิ

ก. แล้วคำแก้วเอาของขวัญอะไรให้มะลิหรือ ขอดูหน่อยได้ไหม

ข. นี่ เสื้อกันหนาวสีแดงกับหมวกสีชมพู

ก. น่ารักดีนะ มะลิต้องชอบแน่ ๆ เลย

答案

(1) กำลังห่อของขวัญ

(2) วันอาทิตย์

(3) เสื้อกันหนาวสีแดงกับหมวกสีชมพู

(4) เพราะลืมวันเกิดของมะลิ

(5) วันเสาร์ / วันพรุ่งนี้

25 录音/答案

ก. ตะวัน ตกลง เลือกได้หรือยังว่าจะซื้ออะไรให้มะลิ

ข. ยังเลย ผมเป็นผู้ชายไม่รู้ว่าผู้หญิงชอบอะไร คำแก้ว เธอช่วยเลือกหน่อยสิ เสื้อ ลูกไม้ สีขาว หรือเสื้อ สีชมพู มีลายดอกไม้ ดีล่ะ

ก. มะลิไม่ชอบเสื้อที่มีลวดลาย เยอะ เราว่าสีขาวดีกว่า ดู เรียบ ๆ มะลิน่าจะชอบนะ

ข. แต่ ยี่ห้อ นี้แพง เกินไป ผมซื้อไม่ไหวหรอก

ก. ถ้าอย่างนั้น ตัวนี้ดีไหม เสื้อลูกไม้ สีฟ้า ราคาไม่แพงเท่าไร

ข. ตกลง เอาตัวนี้แล้วกัน

26 录音

ก. สวัสดีครับ เชิญนั่งก่อนครับ ไม่ทราบว่าคุณลูกค้าอยากจะทำอะไรครับ สระ ไดร์ ตัด หรือทำสีผมครับ

ข. ฉันอยากตัดผมและทำสีผมค่ะ

ก. ตัดทรงไหนหรือครับ แล้วอยากทำสีอะไรครับ

ข. ตัดผมประบ่าค่ะ แล้วก็ทำสีน้ำตาลอ่อนค่ะ

ก. สีน้ำตาลอ่อนก็สวยดีครับ แต่ตอนนี้เทรนด์ผมสีบลอนด์เงินกำลังมาแรง ผมว่าทำสีนี้ก็ไม่เลวนะครับ ดูเหมาะกับคุณมาก

ข. ขอบคุณที่แนะนำนะคะ แต่ฉันคิดว่ามันไม่ค่อยเข้ากับสีผิวฉันค่ะ

答案

(1) ง　(2) ง　(3) ค　(4) ข　(5) ค

บทที่ ๕ ดินฟ้าอากาศ
第五课 天气

27 录音

ก. สวัสดีครับ คำแก้ว ผมมีเรื่องอยากจะถามคุณสักหน่อย

ข. สวัสดี มานะ อยากจะถามอะไรหรือ

ก. ปีใหม่นี้ผมกับเพื่อน ๆ คนจีนจะไปเที่ยวกรุงเทพฯกับเชียงใหม่ แต่ผมไม่รู้ว่าอากาศที่เมืองไทยเป็นอย่างไรบ้าง

ข. ที่เมืองไทยไม่หนาวเหมือนประเทศจีน แต่ฉันว่าคุณควรเตรียมเสื้อแจ๊คเก็ตไปสักตัวก็ดีนะคะ กรุงเทพฯอยู่ภาคกลางอากาศร้อนแดดจัดในช่วงกลางวัน อุณหภูมิประมาณ 25-28 องศาค่ะ ส่วนเชียงใหม่อยู่ทางภาคเหนือ อากาศจะเย็นกว่ากรุงเทพฯนิดหน่อยค่ะ ประมาณ 12-20 องศา อากาศเย็นในตอนเช้ากับตอนกลางคืน ประมาณ 12 องศา แต่ตอนกลางวันประมาณ 20 องศา

ก. อากาศแตกต่างกันมากเลยนะครับ

答案

(1) มกราคม

(2) อากาศร้อน แดดจัดในช่วงกลางวัน อุณหภูมิประมาณ 25-28 องศา

(3) อากาศจะเย็นกว่ากรุงเทพนิดหน่อย ประมาณ 12-20 องศา
อากาศเย็นในตอนเช้ากับตอนกลางคืน ประมาณ 12 องศา
แต่ตอนกลางวันประมาณ 20 องศา

(4) ให้เตรียมเสื้อแจ๊คเก็ตไปด้วย

28 录音

ก. อากาศครึ้มฟ้าครึ้มฝนแบบนี้ ผมว่าฝนตกหนักแน่ ๆ เลย

ข. เลิกเรียนทีไรฝนจะตกทุกที

ก. ปลายฝนต้นหนาวก็แบบนี้แหละครับ

ข. ตายจริง ฉันไม่ได้เอาร่มมาด้วย

ก. ไม่เป็นไรครับ ไปกับผมก็ได้

ข. ขอบคุณนะคะ

ก. ผมดูพยากรณ์อากาศเขาบอกว่าช่วง 3 ถึง 4 วันนี้ที่กรุงเทพฯฝนจะตกหนัก คุณอย่าลืมเตรียมร่มมาด้วยล่ะ เดี๋ยวจะไม่สบาย

ข. ช่วงนี้อากาศเปลี่ยนแปลงทีไรฉันเป็นหวัดทุกทีเลย ยังไม่ค่อยชินกับอากาศที่นี่ เมื่อวานแดดจัดอากาศร้อนทั้งวัน วันนี้ลมแรง ฝนตก ฉันปรับตัวไม่ทันเลยค่ะ

ก. คุณไม่ใช่คนที่นี่หรือ

ข. ฉันเป็นคนจีนค่ะ

ก. อ้าว คุยกันมาตั้งนาน ผมนึกว่าคุณเป็นคนไทยเสียอีก คุณพูดภาษาไทยชัดมากเลยนะ คุณมาจากเมืองไหนครับ

ข. ฉันมาจากหนานหนิง กว่างซีค่ะ

ก. อากาศที่โน้นเป็นยังไงบ้างครับ

ข. ฤดูหนาวจะหนาวกว่าและนานกว่าที่นี่ค่ะ อากาศหนาวชื้น ส่วนฤดูร้อนก็ร้อนพอ ๆ กับเมืองไทยเลยค่ะ

答案

(1) ก　(2) ข　(3) ข　(4) ค　(5) ข

29 录音

ก. วันนี้อากาศร้อนอบอ้าวมากเลยนะคะ เหงื่อออกจนตัวเหนียวไปหมดแล้ว

ข. พยากรณ์อากาศบอกว่าคืนนี้ฝนจะตกหนักและมีลมแรงครับ

ก. มิน่าล่ะ ถึงได้ร้อนอบอ้าวขนาดนี้

ข. ผมว่าพรุ่งนี้อากาศน่าจะเย็นสบายแล้วครับ เพราะคืนนี้ฝนตก อุณหภูมิลดลง อากาศก็เย็นลงครับ สภาพอากาศที่นี่เอาแน่เอานอนไม่ได้หรอกครับ เดี๋ยวร้อนเดี๋ยวหนาว

ก. ฉันไม่ชินกับอากาศที่นี่เลยค่ะ

答案

(1) ร้อนอบอ้าว

(2) เพราะคืนนี้ฝนจะตก

(3) พรุ่งนี้อากาศจะเย็นสบาย

(4) เพราะอากาศเปลี่ยนแปลงบ่อย

30 录音

รายงานสภาพอากาศกรุงเทพฯ

วันที่ 5 พฤศจิกายน อุณหภูมิ 20-26 องศาเซลเซียส จะมีแดดออกตลอดเช้าจนถึงตอนบ่าย ตอนเย็นฝนตกหนักและลมกรรโชกแรง ตลอดจนถึงเช้าของวันรุ่งขึ้น

วันที่ 6 แดดจัดในช่วงบ่ายจนถึงตอนเย็น และมีฝนตกในตอนกลางคืน

วันที่ 7 ลมแรงตลอดทั้งวัน ฝนตกตอนกลางคืนจนถึงเช้าวันรุ่งขึ้น

อุณหภูมิจะเพิ่มขึ้นในบ่ายวันที่ 8 ประมาณ 32 องศา ท้องฟ้าแจ่มใสและไม่มีฝนตกในตอนกลางคืน

答案

	เช้า	**บ่าย**	**เย็น**	**กลางคืน**
วันที่ 5		มีแดดออก	ฝนตกหนักและลมกรรโชกแรง	
วันที่ 6	ฝนตกหนักและลมกรรโชกแรง	แดดจัด		
วันที่ 7	ลมแรง			ฝนตก
วันที่ 8	ฝนตก	ท้องฟ้าแจ่มใส		

31 录音

ก. ประเทศไทยมีกี่ฤดูครับ

ข. มีสามฤดูค่ะ ฤดูร้อน ฤดูฝน และฤดูหนาว

ก. ฤดูร้อนที่เมืองไทยประมาณกี่องศาครับ

ข. ประมาณ 36-42 องศาค่ะ ช่วงกลางเดือนกุมภาพันธ์ ถึงกลางเดือนพฤษภาคม
เป็นฤดูร้อน ร้อนที่สุดคือเดือนเมษายนค่ะ

ก. ฤดูหนาวคือช่วงไหนหรือครับ ประมาณกี่องศา

ข. ฤดูหนาวคือช่วงเดือนตุลาคมถึงกลางเดือนกุมภาพันธ์ค่ะ ภาคกลาง
อุณหภูมิประมาณ 15-25 องศาค่ะ ส่วนภาคเหนือประมาณ 10-15 องศา
แต่ถ้าคุณขึ้นไปบนยอดดอยอินทนนท์ที่สูงที่สุดในประเทศไทยช่วงฤดู
หนาว อุณหภูมิประมาณ -1 ถึง 5 องศาค่ะ ส่วนภาคใต้ไม่มีฤดูหนาวค่ะ

ก. จริงหรือครับ มีหิมะตกไหมครับ

ข. ไม่มีหรอกค่ะ มีแต่น้ำค้างแข็ง เพราะเมืองไทยอยู่ในเขตร้อน

ก. แล้วฤดูฝน ฝนตกหนักไหมครับ

ข. ฝนตกหนักค่ะ ลมแรง บางปีฝนตกหนักมากจนน้ำท่วมบ่อย ๆ ค่ะ

ก. แล้วคุณชอบฤดูไหนมากที่สุดครับ

ข. ฉันชอบฤดูหนาวค่ะ อากาศเย็นสบาย

ก. ผมว่าฤดูหนาวที่เมืองไทยคงเหมือนกับฤดูใบไม้ร่วงที่เมืองจีนนะครับ

ข. ทำไมถึงเรียกว่าฤดูใบไม้ร่วงล่ะคะ

ก. ก็เพราะในช่วงเดือนตุลาคมถึงเดือนพฤศจิกายน ต้นไม้จะผลัดใบเปลี่ยนสีครับ
เป็นฤดูที่สวยที่สุด เราจะเห็นต้นไม้สีเหลือง สีแดง เต็มไปหมดเลยครับ

ข. โอ้โห คงสวยมากเลยนะคะ

答案

(1) มี 3 ฤดู ฤดูร้อน ฤดูฝน และฤดูหนาว

(2) ช่วงกลางเดือนกุมภาพันธ์ ถึงกลางเดือนพฤษภาคม

(3) ยอดดอยอินทนนท์ ประมาณ -1 ถึง 5 องศา

(4) ฝนตกหนัก ลมแรง บางปีน้ำท่วม

(5) ชอบฤดูหนาว เพราะอากาศเย็นสบาย

(6) คล้ายกับฤดูใบไม้ร่วงของประเทศจีน

บทที่ ๖ การนัดหมาย
第六课 约会

录音

ก. สุนี ดูนี่สิ ไปเที่ยวกำแพงเมืองจีนราคาถูกมาก เราไปด้วยกันไหม

ข. โอ้โห ถูกจริง ๆ ด้วยค่ะ งั้นเราไปกันวันไหนดีคะ

ก. อืม รายการเที่ยวบอกว่า ถ้าไประหว่างวันจันทร์ถึงวันพุธจะลด 20%
ถ้าวันเสาร์ อาทิตย์จะลด 10%

ข. งั้นเราไปวันจันทร์หน้าดีไหม จะได้ลด 20%

ก. น่าเสียดายจริง ๆ วันจันทร์ผมมีประชุม วันอังคารถึงวันศุกร์ผมไปเซี่ยงไฮ้
กลับมาอีกทีก็วันเสาร์

ข. ตกลงเราไปวันอาทิตย์ก็แล้วกัน

答案

(1) √ (2) × (3) √ (4) × (5) ×

录音

ก. ตะวัน ฉันมีข่าวดีมาบอก

ข. ข่าวดีอะไรหรือคำแก้ว

ก. วันเสาร์นี้ ร้านทุกร้านที่สยามลด 40% ส่วนเครื่องสำอางลด 50% เลยนะ

ข. จริงหรือ งั้นวันเสาร์เราไปกัน

ก. เจอกันกี่โมงดีล่ะ

ข. ตายจริง ผมเพิ่งนึกออก วันเสาร์นี้ต้องไปตรวจสุขภาพ
ถ้าเป็นตอนเย็นเธอจะสะดวกไหม

ก. คงไม่ได้จ้ะ ตอนเย็นฉันต้องไปทำธุระกับแม่
เสาร์นี้ไปไม่ได้ก็ไม่เป็นไร เขาลดราคาถึงวันเสาร์หน้าเลยจ้ะ

ข. งั้นดีเลย ไว้เราค่อยนัดกันใหม่นะ

答案

(1) √　　(2) √　　(3) ×　　(4) ×　　(5) ×

㉞ 录音

ก. คำแก้ว พรุ่งนี้เลิกเรียนเราไปดูหนังด้วยกันไหม

ข. หนังเรื่องอะไรหรือตะวัน

ก. หนังไทย เรื่องฉลาดเกมโกง

ข. ดีจัง ฉันชอบดูหนังไทยอยู่แล้ว ไม่ต้องอ่านซับเหมือนหนังฝรั่ง

ก. งั้นดีเลย ผมชวนมานะกับมะลิไปด้วย เธอจะพาแฟนไปด้วยก็ได้นะ
พรุ่งนี้เจอกันหน้า ม. ตอนหกโมงเย็นนะ

ข. หกโมงเย็นหรือ ฉันว่าเราไปเร็วกว่านี้สักหนึ่งชั่วโมงก็ดีนะ เพราะ
วันศุกร์รถติดเป็นพิเศษ

ก. ได้สิ งั้นผมซื้อตั๋วหนังรอบหกโมงครึ่งแล้วกัน

ข. พรุ่งนี้เจอกันนะ

答案

(1) ค　　(2) ก　　(3) ค　　(4) ข　　(5) ค

㉟ 录音

(เสียงโทรศัพท์)

ก. คลินิกทำฟัน สวัสดีค่ะ

ข. ฮัลโหล ผมอยากจะเข้าไปขูดหินปูนวันนี้ครับ

ก. คุณนัดคุณหมอไว้หรือเปล่าคะ

ข. ไม่ได้นัดครับ

ก. วันนี้คุณหมอคิวเต็มค่ะ ว่างอีกทีวันอังคารตอนบ่ายโมงกับวันพุธหลังห้า
โมงเย็นเป็นต้นไปค่ะ ไม่ทราบว่าคุณสะดวกเวลาไหนคะ

ข. วันพุธหนึ่งทุ่มแล้วกันครับ

ก. เคยมาทำฟันที่นี่มาก่อนหรือเปล่าคะ

ข. ไม่เคยครับ ครั้งนี้ครั้งแรก

ก. ขอทราบชื่อ นามสกุล และเบอร์โทรติดต่อด้วยค่ะ

ข. ผมชื่อตะวัน นามสกุลรูปงาม เบอร์โทร 098-0427531 ครับ

ก. เรียบร้อยแล้วค่ะ สรุปเวลานัดคุณหมออีกครั้งนะคะ วันพุธนี้เวลา
หนึ่งทุ่มตรง ถ้ามาถึงคลินิกแล้ว กรุณาแจ้งชื่อที่หน้าเคาท์เตอร์นะคะ

ข. ขอบคุณมากครับ สวัสดีครับ

ก. คลินิกทำฟันยินดีให้บริการค่ะ

答案

คลินิกทำฟัน			
ชื่อ	ตะวัน	นามสกุล	รูปงาม
เวลานัด	วัน____พุธ____เวลา___19:00___น.		
เบอร์โทร	098-0427531		
เคยมาหรือไม่	☐ เคย	☑ ไม่เคย	

(36) 录音

ก. สวัสดีครับ ผมเป็นนักศึกษาจีนเพิ่งมาเรียนที่นี่ครับ

ข. ยินดีต้อนรับสู่มหาวิทยาลัยของเรานะคะ

ก. นักศึกษาใหม่ต้องทำอะไรบ้างครับ

ข. วันที่ 1 สิงหาคม ให้ไปรายงานตัวที่คณะค่ะ

ก. กี่โมงหรือครับ

ข. 9 โมงเช้าถึงเที่ยงค่ะ ส่วนวันที่ 2 รุ่นพี่จะพาน้อง ๆ ไปแนะนำอาคารต่าง ๆ
ในมหาวิทยาลัยค่ะ

ก. ดีจังเลยนะครับ เจอกันที่ไหนกี่โมงหรือครับ

ข. เจอกันหน้าหอพักชาย เวลา 8 โมงครึ่งค่ะ

ก. ได้ครับ

ข. วันที่ 4 และวันที่ 5 ให้น้อง ๆ ได้พักผ่อน ส่วนวันที่ 6 ตอน 8 โมงเช้า คณะ
ของเราจะพาไปเที่ยวชมตลาดน้ำและพระบรมมหาราชวังค่ะ

ก. เริ่มเรียนวันไหนหรือครับ

ข. เริ่มเรียนวันที่ 10 ค่ะ นี่ค่ะ ตารางเรียนเทอมนี้ ก่อนเปิดเรียนหนึ่งวัน คณะของเรามีกิจกรรมสอนทำอาหารไทยด้วยนะคะ ถ้าสนใจสามารถเข้าร่วมได้

ก. ผมได้ยินมาว่าที่นี่มีชมรมมวยไทยด้วยใช่ไหมครับ

ข. ใช่จ้ะ ชมรมมวยไทยจะเริ่มรับสมัครสิ้นเดือนนี้

答案

เดือนสิงหาคม						
อาทิตย์	จันทร์	อังคาร	พุธ	พฤหัสบดี	ศุกร์	เสาร์
			ข 1	ฉ 2	3	ค 4
ค 5	จ 6	7	8	ก 9	ง 10	11
12	13	14	15	16	17	18
19	20	21	22	23	24	25
26	27	28	29	30	ช 31	

บทที่ ๗ การซื้อของ
第七课 买东西

37 录音

ก. สวัสดีครับ คุณอยากได้รองเท้าแบบไหนหรือครับ

ข. ฉันอยากได้รองเท้าหนัง ส้นสูงค่ะ

ก. คุณใส่เบอร์อะไรครับ

ข. เบอร์ 39 ค่ะ
ก. คู่นี้เป็นไงครับ
ข. ก็สวยดีนะคะ นอกจากสีดำแล้วมีสีอื่นไหมคะ
ก. มีสีขาวกับสีเทาครับ
ข. ฉันขอลองสีขาวได้ไหมคะ
ก. ได้ครับ เดี๋ยวผมไปหยิบให้นะครับ ขอโทษด้วยนะครับ สีขาวเบอร์ 39 หมดแล้วครับ มีแต่เบอร์ 38 39 ครึ่ง และเบอร์ 40 จะลองดูไหมครับ
ข. ลองทั้งสามเบอร์เลยค่ะ ฉันว่า 38 ก็คับไป เบอร์ 39 ครึ่ง ก็หลวมไปหน่อยค่ะ ไม่พอดีเลยสักคู่
ก. งั้นลองคู่นี้ดีไหมครับ คล้าย ๆ กัน แต่ส้นไม่สูงเท่าไหร่ มีสีและเบอร์ที่คุณอยากได้พอดี
ข. งั้นเอาคู่นี้ก็ได้ค่ะ ราคาเท่าไรคะ
ก. คู่นี้ 3,000 บาทครับ แต่วันนี้มีโปรโมชั่นพิเศษ ลด 10% ทั้งร้านเลยครับ
ข. ดีจังเลยค่ะ
ก. ไม่ทราบว่าจะจ่ายเป็นเงินสดหรืออลิเพย์ครับ
ข. จ่ายเงินสดค่ะ

答案

(1) ค　(2) ง　(3) ข　(4) ก

38 录音

ก. ตายแล้ว เมื่อกี้ที่เราไปเดินตลาด ตอนที่เราซื้อรองเท้า ฉันหยิบผิดเบอร์
ข. เธอหยิบเบอร์อะไรมา
ก. เบอร์สี่สิบนะสิ มันใหญ่ไป ฉันใส่ไม่ได้
ข. ทำอย่างไรดีล่ะ ขับรถมาตั้งไกล หรือจะกลับไปเปลี่ยน
ก. บนถุงรองเท้ามีเบอร์โทร ฉันจะลองโทรถามเขาดูว่าเปลี่ยนได้ไหม (เสียงโทรศัพท์)
ก. โทรไม่ติดเลย
ข. กลับไปที่ร้านอีกครั้งดีไหม

ก. ช่างมันเถอะ ไว้ว่าง ๆ เราค่อยไปหาซื้อคู่ใหม่ ฉันนี่ช่างสะเพร่าจริง ๆ
ข. ถ้าอย่างนั้น พรุ่งนี้ตอนเย็นเราไปดูที่ห้างฯดีไหม ส้นสูง สีขาวดำแบบที่เธออยากได้น่าจะมีนะ
ก. เธอไม่มีธุระหรือ
ข. ไม่มี พรุ่งนี้ฉันว่างสามารถพาเธอไปได้
ก. ขอบใจนะ

答案

(1) ข　(2) ง　(3) ก　(4) ค

39 录音

ก. พี่ครับ ส้มขายยังไงครับ
ข. โลละ 40 บาทจ้ะ
ก. โลละ 40 บาทเลยหรือครับ แพงจัง
ข. ไม่แพงแล้วจ้ะ ราคานี้ทั้งตลาดเลย
ก. ขอชิมหน่อยได้ไหมครับ
ข. ได้เลยจ้ะ ส้มทั้งหวานทั้งสด ลองชิมดูนะ
ก. หืม อร่อยจริง ๆ ด้วย งั้นผมเอา 2 โลครับ
ข. เอาอย่างอื่นอีกไหมจ๊ะ มีทุเรียน มังคุด มะม่วง แตงโม มะพร้าว
ก. มังคุดกับมะม่วงขายยังไงครับ
ข. โลละ 30 บาท เท่ากันจ้ะ
ก. งั้นผมเอามังคุดโลครึ่ง มะม่วง 3 โลครับ
ข. เอาอะไรเพิ่มอีกไหมจ๊ะ
ก. ไม่แล้วครับ ทั้งหมดเท่าไรครับ
ข. 215 บาทจ้ะ
ก. 200 บาทได้ไหมครับ ผมซื้อเยอะมากเลยนะ
ข. ลดไม่ได้จริง ๆ จ้ะ พี่ขายถูกที่สุดแล้ว เอาแบบนี้แล้วกัน พี่เถมส้มให้ลูกนึงนะ

答案

(1) ก　(2) ง　(3) ข　(4) ค　(5) ข

40 录音/答案

(เสียงประตู seven-eleven)

ก. seven-eleven ยินดีต้อนรับค่ะ สวัสดีค่ะ ชำระเงิน ด้านนี้ได้นะคะ ทั้งหมด 49 บาทค่ะ ถ้าคุณซื้อของทุก ๆ 50 บาทจะได้แสตมป์หนึ่ง ดวง นะคะ รับอะไรเพิ่มอีกไหมคะ

ข. แล้วเอาแสตมป์ไปทำอะไรหรือครับ

ก. สามารถใช้แทน เงินสด ได้เลยค่ะ แล้วถ้าคุณสะสมแสตมป์ได้ 800 ดวง ก็สามารถเอาไป แลก ของได้

ข. แลกอะไรได้บ้างครับ

ก. เอาไปแลก จานลายการ์ตูนน่ารัก ๆ ร่ม และกระเป๋าค่ะ

ข. งั้นผมเอา ซาลาเปา ไส้หมูกับขนมจีบกุ้งครับ

ก. เวฟไหมคะ

ข. เวฟครับ

ก. นี่ค่ะ ซาลาเปาไส้หมูกับ ขนมจีบ กุ้งร้อน ๆ ทั้งหมด 150 บาทค่ะ

ข. ขอโทษด้วยครับ ผมมีแต่ แบงค์ พัน ไม่มีแบงค์ย่อย

ก. รับมา 1000 บาทค่ะ เงินทอน 850 บาทกับแสตมป์อีกสามดวงนะคะ seven -eleven ยินดีให้บริการค่ะ

41 录音

ก. ตะวัน ฉันอยากซื้อของออนไลน์ ช่วยสอนฉันหน่อยสิ

ข. ได้เลย คำแก้วอยากจะซื้ออะไรล่ะ

ก. ฉันอยากซื้อเสื้อสีขาวกับกางเกงตัวนี้จ้ะ

ข. ถ้าได้เสื้อผ้าที่ถูกใจแล้ว ก็เลือกไซส์กับสีตามที่ต้องการ จากนั้นก็จ่ายเงินได้เลย

ก. แล้วฉันจะจ่ายเงินยังไงล่ะ

ข. จ่ายออนไลน์ผ่านบัตรธนาคาร หรือจ่ายเงินปลายทางได้

ก. งั้นฉันเลือกอย่างหลังแล้วกัน กี่วันถึงจะได้สินค้าหรือ
ข. เขาบอกว่าสามถึงสี่วันก็ได้รับของแล้ว
ก. แต่ถ้าฉันอยากได้สินค้าแบบด่วนล่ะ ภายในหนึ่งถึงสองวันได้ไหม
ข. ได้สิ ส่งแบบ EMS เพิ่มค่าขนส่งอีก 100 บาท
ก. แพงจัง แต่ไม่เป็นไร ฉันจำเป็นต้องใช้ด่วน

答案

(1) เสื้อสีขาวกับกางเกง

(2) ตะวัน

(3) จ่ายออนไลน์ผ่านบัตรธนาคาร หรือจ่ายเงินปลายทาง

(4) ส่งแบบ EMS ต้องจ่ายค่าขนส่งเพิ่มอีก 100 บาท

บทที่ ๘ การสั่งอาหาร
第八课　点餐

42 录音

ก. สวัสดีค่ะ เชิญด้านในก่อนค่ะ ไม่ทราบว่าจองไว้หรือเปล่าคะ
ข. ไม่ได้จองครับ
ก. กี่ที่คะ สองที่หรือเปล่าคะ
ข. สามที่ครับ อีกคนหนึ่งจะตามมาทีหลัง
ก. ตอนนี้มีโต๊ะว่างสองโต๊ะนะคะ คือตรงระเบียงกับตรงกลางห้องอาหาร อยากจะนั่งตรงไหนดีคะ
ข. ขอโต๊ะตรงระเบียงแล้วกันครับ จะได้ชมวิวด้วย
ก. เชิญทางนี้ค่ะ เชิญดูเมนูอาหารตามสบายเลยนะคะ
ข. สุนี คุณอยากทานอะไรสั่งได้เลยนะ มื้อนี้ผมเลี้ยงเอง
ค. อยู่ดี ๆ ทำไมถึงอยากจะเลี้ยงข้าว วันนี้เป็นวันพิเศษอะไรหรือเปล่าคะ
ข. นาน ๆ เราจะได้เจอกันทีนี่ครับ
ค. งั้นฉันสั่งอาหารแล้วนะคะ น้องคะ สั่งอาหารหน่อยค่ะ

ก. จะรับอะไรดีคะ
ค. อาหารขึ้นชื่อของที่นี่คืออะไรหรือคะ
ก. ปลาสามรสกับปลานึ่งมะนาวค่ะ
ข. ปลาสามรส รสชาติเป็นยังไงหรือครับ
ก. มีทั้งหวานทั้งเปรี้ยว แล้วก็เผ็ดนิดหน่อยค่ะ
ค. ขอเป็นปลาสามรส ผัดผักบุ้งกับไก่ทอดน้ำปลาค่ะ
ข. แล้วก็ต้มข่าไก่หนึ่งที่ครับ
ก. ไม่ทราบว่าจะรับเครื่องดื่มอะไรดีคะ
ข. น้ำส้มที่หนึ่งครับ
ค. ฉันขอน้ำเปล่าค่ะ

答案

(1) × (2) × (3) √ (4) × (5) √

43 录音

แป้งหอม: ฮัลโหล คำแก้ว นี่แป้งหอมนะ เผือกปั่นที่เธอสั่งหมดจ้ะ เธอจะเปลี่ยนเป็นอย่างอื่นไหม
คำแก้ว: งั้นขอเป็นนมสดปั่นจ้ะ
แป้งหอม: พี่คะ เอานมสดปั่นแก้วหนึ่งค่ะ
พนักงาน: นมสดกำลังมาส่งที่ร้าน ตอนนี้ยังมาไม่ถึงเลยครับ
แป้งหอม: คำแก้ว นมสดปั่นก็ยังไม่มี เธอจะเอาอย่างอื่นแทนไหม
คำแก้ว: ขอเป็นกาแฟร้อนแทนแล้วกัน
แป้งหอม: พี่คะ ขอเป็นกาแฟร้อนที่หนึ่งค่ะ
พนักงาน: ตอนนี้เครื่องทำน้ำร้อนของทางร้านเราพังครับ กำลังซ่อมอยู่ครับ
แป้งหอม: พี่คะ ไม่เอาแล้วค่ะ
พนักงาน: คุณลูกค้าครับ ตอนนี้ทางร้านเรามีเมนูใหม่มาแนะนำครับ เป็นขนมปังปิ้ง คุณลูกค้าจะรับขนมปังปิ้งแทนไหมครับ
แป้งหอม: ก็ได้ค่ะ
พนักงาน: ขอโทษคุณลูกค้าด้วยครับ ตอนนี้เครื่องทำขนมปังปิ้งของทางร้าน

เราเพิ่งจะพัง ยังไม่พร้อมใช้งานนะครับ
แป้งหอม: พี่คะ ไม่เป็นไรค่ะ ไม่เอาอะไรแล้วค่ะ
พนักงาน: ทางเราต้องขออภัยคุณลูกค้าด้วยครับ โอกาสหน้าเชิญใหม่ครับ

答案

(1) × (2) × (3) × (4) √ (5) √

(6) × (7) × (8) × (9) √ (10) √

44 录音

ก. ร้านชาววัง สวัสดีค่ะ

ข. สวัสดีครับ ผมอยากจะจองโต๊ะสำหรับ 20 คน วันมะรืนนี้ 6 โมงเย็น ผมจะจัดงานเลี้ยง ขอเป็นห้อง VIP นะครับ

ก. ได้ค่ะ ขอทราบชื่อในการจองด้วยค่ะ

ข. ผมชื่อตะวันครับ

ก. รบกวนขอเบอร์โทรศัพท์ด้วยค่ะ

ข. 084-15268193 ครับ

ก. ห้อง VIP สำหรับจัดงานเลี้ยงชื่อห้องลำดวนนะคะ ถ้าคุณมาถึงแล้วกรุณาแจ้งชื่อและชื่อห้องที่เคาท์เตอร์ด้วยนะคะ ไม่ทราบว่าคุณต้องการสั่งอาหารล่วงหน้าเลยไหมคะ

ข. สำหรับอาหารผมต้องการเป็นแบบบุฟเฟต์นะครับ

ก. ได้ค่ะ ถ้าเป็นแบบบุฟเฟต์ ทางร้านของเราจะจัดเป็นอาหารคาว 5 อย่าง ของหวาน 3 และเครื่องดื่มที่ไม่ใช่แอลกอฮอล์อีก 3 ค่ะ ราคาหัวละ 700 บาทค่ะ

ข. อาหารคาว ขอเป็นแกงเขียวหวาน ห่อหมกทะเล ไก่ทอดน้ำปลา ผัดผักรวม และข้าวผัดกุ้งครับ สำหรับของหวาน ขอเป็นทับทิมกรอบ ลอดช่อง และเฉาก๊วยครับ เครื่องดื่มเอาน้ำส้ม น้ำมะพร้าว และชาเย็นครับ

ก. สำหรับบุฟเฟต์เราจะเริ่มบริการตั้งแต่ 6 โมงครึ่ง ถึงสองทุ่มนะคะ

ถ้าคุณต้องการเปลี่ยนแปลงรายการอาหาร กรุณาโทรแจ้งล่วงหน้าหนึ่ง
วันนะคะ เบอร์โทร 02-1568764 ค่ะ ร้านชาววังยินดีให้บริการค่ะ

答案
เมนูร้านชาววัง เบอร์โทร___02-1568764___

<u>ข้าว</u>

ข้าวผัดกุ้ง	☑

<u>ประเภทผัด</u>

ผัดกะเพรา	☐
ผัดผักรวม	☑

<u>ประเภทแกง/ต้ม</u>

ต้มยำกุ้ง	☐
ต้มจืดวุ้นเส้น	☐
แกงเขียวหวาน	☑
ต้มข่าไก่	☐

<u>ประเภททอด</u>

ไก่ทอดน้ำปลา	☑
ปลาทอดสามรส	☐

<u>ประเภทนึ่ง</u>

ปลานึ่งมะนาว	☐
ห่อหมกทะเล	☑

<u>ของหวาน</u>

ลอดช่อง	☑
ทองหยิบ ทองหยอด	☐
ทับทิมกรอบ	☑
เฉาก๊วยชาววัง	☑

<u>เครื่องดื่ม</u>

น้ำมะพร้าว	☑

ชาเย็น ☑

นมเย็น ☐

กาแฟ ☐

น้ำส้ม ☑

(1) วันที่ 4 มกราคม

(2) ห้องลำดวน

(3) แจ้งชื่อผู้จองและชื่อห้องอาหารที่หน้าเคาท์เตอร์

(4) อาหารคาว 5 อย่าง ของหวาน 3 อย่างและเครื่องดื่มที่ไม่ใช่แอลกอฮอล์ อีก 3 อย่าง

(5) 18:30-20:00 น.

45 录音

ก. ตะวัน วันนี้ฉันจะพาไปร้านอาหารเจ้าโปรดของฉัน ชื่อร้านชาววัง อยากกินอะไรบอกฉันได้เลยนะ

ข. จริงหรือคำแก้ว ผมอยากจะกินอะไรเผ็ด ๆ เปรี้ยว ๆ มีเมนูแนะนำ อะไรบ้างครับ

ก. มีเมนูปลาราดพริกสามรส ต้มยำทะเล รสชาติแบบที่เธออยากกินเลย

ข. ผมขอเป็นเมนูปลาราดพริกสามรสแล้วกัน เธอเลือกเมนูอะไร

ก. ฉันเอาไก่ทอดน้ำปลาจ้ะ

ข. ถ้าเรากินอาหารคาวเรียบร้อยแล้ว ผมอยากกินของหวานต่อเลย มีเมนู ของหวานแนะนำไหม

ก. มีสิ ที่นี่มีเมนูของหวานอร่อย ๆ หลายอย่างเลย มีทั้งไอศกรีม บัวลอยไข่หวาน ข้าวเหนียวมะม่วง ลอดช่อง แตงไทยน้ำกะทิ ลูกตาลลอยแก้ว

ข. ผมขอเป็นไอศกรีมกะทิมะพร้าวอ่อน ขอบใจมากนะคำแก้วที่แนะนำ ให้ผมมากินอาหารอร่อย ๆ แบบนี้

ก. ไม่เป็นไรจ้ะ คราวหน้าเรามากันอีกนะ

ข. ได้สิ

答案

(1) ค   (2) ข   (3) ก   (4) ง

 录音

ผู้ชาย: น้องครับ เช็คบิลครับ

พนักงาน: รอสักครู่นะคะ ทั้งหมด 2,000 บาทค่ะ

ผู้ชาย: 2,000 หรือครับ ผมขอดูบิลหน่อยได้ไหมครับ

พนักงาน: นี่ค่ะ บิลรายการอาหารที่คุณสั่ง

ผู้ชาย: ปลาราดพริกสามรส ไอศกรีมกะทิมะพร้าวอ่อน บัวลอยไข่หวาน
เอ๊ะ! ข้าวผัดกุ้งกับผัดเปรี้ยวหวานพวกเรายกเลิกไปแล้วนะครับ
แล้วคุณก็ไม่ได้เสิร์ฟอาหารสองอย่างนี้ด้วย

พนักงาน: ดิฉันขอตรวจสอบสักครู่นะคะ ขอโทษด้วยนะคะ คุณลูกค้า
ทางเราผิดพลาดเองค่ะ ทั้งหมด 1,000 บาทค่ะ

ผู้ชาย: ทำไมทำงานกันสะเพร่าแบบนี้ล่ะ ถ้าผมไม่ได้ตรวจสอบรายการ
อาหาร คงต้องจ่ายเงินเกินไปเป็นพันบาท

พนักงาน: ต้องขอโทษจริง ๆ นะคะ วันนี้ลูกค้าเยอะ ทางเราเลยผิดพลาด

ผู้ชาย: ผมขอคุยกับผู้จัดการร้านหน่อยครับ

ผู้จัดการ: สวัสดีค่ะ ดิฉันเป็นผู้จัดการร้านค่ะ ต้องขอโทษอีกครั้งกับ
ความผิดพลาดของเรานะคะ เอาอย่างนี้ไหมคะ เราลดราคา
ค่าอาหารให้คุณอีก 20% เพื่อชดเชยความผิดพลาดของเราค่ะ

ผู้ชาย: ผมหวังว่าคราวหน้าจะไม่เกิดเหตุการณ์แบบนี้อีกนะครับ

บทที่ ๙ การเดินทาง
第九课 出行

 录音

ก. ภูเก็ต รีสอร์ท สวัสดีครับ

ข. สวัสดีค่ะ ฉันอยากจะจองห้องพักวันที่ 19 มิถุนายน 2 คืนค่ะ

ก. เข้าพักกี่ท่านครับ

ข. สองคนค่ะ

ก. คุณต้องการห้องเตียงคู่หรือเตียงเดี่ยวครับ

ข. ห้องเตียงคู่ค่ะ ขอห้องที่มีวิวทะเลด้วยนะคะ

ก. ห้องที่มีวิวทะเล วันที่ 19 เหลืออยู่ห้องเดียวครับ แต่เป็นห้องเตียงเดี่ยว

ข. ไม่มีห้องอื่นแล้วหรือคะ

ก. มีครับ แต่เป็นวิวภูเขา มีสระว่ายน้ำส่วนตัว

ข. ก็ไม่เลวนะคะ ถ้าเป็นวันที่ 20 ล่ะคะ มีห้องเตียงคู่ วิวทะเล และสระ
   ว่ายน้ำส่วนตัวไหมคะ

ก. เหลืออยู่ห้องเดียวพอดีเลยครับ จองเลยไหมครับ

ข. ตกลงค่ะ ราคาห้องเตียงเดี่ยวกับห้องเตียงคู่ต่างกันมากไหมคะ

ก. ห้องเตียงเดี่ยวราคาคืนละ 2,100 บาทครับ ส่วนห้องเตียงคู่จะแพงกว่า 500
   บาทครับ นอกจากนี้รีสอร์ทของเรายังมีบริการรับ-ส่งที่สนามบิน
   ฟรีด้วยครับ

答案

ภูเก็ต รีสอร์ท	
วันที่เข้าพัก	วันที่ 20 มิถุนายน
วันที่เช็คเอ๊าท์	วันที่ 22 มิถุนายน
ประเภทห้อง	ห้องเตียงคู่
จำนวน	1 ห้อง
	☑ วิวทะเล ☐ วิวภูเขา ☐ ไม่มีหน้าต่าง
ราคารวม	5,200 บาท

录音

ผู้หญิง: โรงแรมริมหาด สวัสดีค่ะ

ผู้ชาย: สวัสดีครับ ผมต้องการจองห้องพัก วันที่ 13 เมษายนครับ เช็คเอ๊าท์วันที่ 16 ไม่ทราบว่ามีห้องว่างไหมครับ

ผู้หญิง: มีห้องว่างค่ะ คุณต้องการจองกี่ห้องคะ

ผู้ชาย: ผมต้องการห้องเตียงเตียงเดี่ยว 2 ห้อง ห้องเตียงคู่ 1 ห้องครับ

ผู้หญิง: ตอนนี้ห้องเตียงเดี่ยวเหลือห้องเดียวค่ะ เปลี่ยนเป็นห้องเตียงคู่ 2 ห้อง ห้องเตียงเดี่ยว 1 ห้องได้ไหมคะ

ผู้ชาย: เอาอย่างนั้นก็ได้ครับ แต่ละห้องราคาเท่าไรหรือครับ

ผู้หญิง: ห้องเตียงเดี่ยวคืนละ 2,200 บาทค่ะ ส่วนห้องเตียงคู่คืนละ 2,500 บาท

ผู้ชาย: ทำไมราคาสูงแบบนี้ล่ะครับ ผมเคยพักราคาแค่ 1,000 กว่าบาทต่อคืน

ผู้หญิง: ช่วงที่คุณจองเป็นช่วง ไฮซีซัน (high season) ราคาจะสูงเป็นพิเศษค่ะ

ผู้ชาย: ในราคานี้มีอาหารเช้าให้ไหมครับ

ผู้หญิง: มีค่ะ มีให้สำหรับห้องเตียงเดี่ยวนะคะ ส่วนห้องเตียงคู่ถ้าต้องการอาหารเช้า ให้ซื้อคูปองเพิ่ม ห้องละ 200 บาทค่ะ

ผู้ชาย: งั้นผมซื้อคูปองอาหารเช้าสำหรับห้องเตียงคู่ด้วยครับ ที่นี่รับบัตรเครดิตไหมครับ

ผู้หญิง: รับค่ะ ทั้งหมด 22,000 บาทค่ะ สำหรับลูกค้าที่ชำระด้วยบัตรเครดิต โรงแรมของเรามีโปรโมชั่นทานอาหารสุดหรูบนดาดฟ้า ในราคา 50% และมีห้องฟิตเนสอยู่ทางซ้ายตรงนู้นค่ะ ใกล้ ๆ กับสระว่ายน้ำ ทางเราไม่อนุญาตให้สูบบุรี่ในห้องพักนะคะ นี่คีย์การ์ดของคุณค่ะ

ผู้ชาย: ต้องเช็คเอ๊าท์ก่อนกี่โมงครับ

ผู้หญิง: เช็คเอ๊าท์ก่อนเที่ยงค่ะ ถ้าเกินเที่ยงเราจะคิดค่าบริการเพิ่มชั่วโมงละ 200 บาทค่ะ

ผู้ชาย: ขอบคุณครับ

答案

(1) ค   (2) ง   (3) ก   (4) ข   (5) ค

49 录音

พนักงาน: สวัสดีครับ มีอะไรให้ผมช่วยไหมครับ

คำแก้ว: พี่คะ ขอสอบถามหน่อยค่ะ หนูจะซื้อตั๋วไปกรุงเทพฯวันนี้ ยังมีตั๋วอยู่ไหมคะ

พนักงาน: ขอโทษด้วยนะครับ ตั๋วหมดแล้ว ตั๋วหมดไปจนถึงวันที่ 31 ธันวาคมเลยครับ ช่วงนี้ผู้คนทยอยเดินทางกลับบ้านเยอะครับ ใกล้ปีใหม่แล้ว

คำแก้ว: แล้ววันที่ 1 มกราคม มีตั๋วไหมคะ

พนักงาน: มีสองรอบครับ รอบแรกคือช่วงเช้า เป็นรถ ป.1 ของบริษัท สีชมพูทัวร์ รถออกเจ็ดโมงครึ่ง ตอนนี้เหลือ 16 ที่นั่งครับ ราคาที่นั่งละ 526 บาท รอบที่สองช่วงเย็น เป็นรถ VIP ของบริษัท สยามทัวร์ เหลือ 6 ที่นั่ง รถออกเวลาสี่ทุ่ม ราคาที่นั่งละ 1,053 บาท เลือกแบบไหนดีครับ

คำแก้ว: หนูไปช่วงเย็นแล้วกันค่ะ รถ VIP 1 ที่นั่งค่ะ ไม่ทราบว่าจะถึงกรุงเทพฯ ประมาณกี่โมงคะ

พนักงาน: ถึงเวลาห้านาฬิกาสิบห้านาทีของวันที่ 2 ครับ ขอทราบชื่อ นามสกุล และเบอร์โทรด้วยครับ

คำแก้ว: นางสาวคำแก้ว นามสกุลสุขใจค่ะ เบอร์โทร 092-4381858

พนักงาน: ทวนอีกครั้งนะครับ คุณคำแก้ว สุขใจ เดินทางจากเชียงใหม่ไป กรุงเทพฯ วันที่ 1 มกราคม รถออกเวลาสี่ทุ่ม ถึงปลายทางเวลา ห้านาฬิกาสิบห้านาที เลขที่นั่ง A12 รถ VIP ขึ้นรถที่ชานชาลาที่ 18 ราคาทั้งหมด 1,053 บาท ได้ตั๋วแล้วกรุณาตรวจสอบตั๋วให้เรียบ ร้อยนะครับ

คำแก้ว: ขอบคุณค่ะ

答案

สยามทัวร์					เลขที่ 016601
ชื่อผู้โดยสาร	คำแก้ว สุขใจ		เบอร์โทร	092-4381858	
สถานที่ออกบัตร	เส้นทางการเดินทาง		วันที่เดินทาง	เวลา	เลขที่นั่ง
สถานีขนส่งหมอชิต	จาก	เชียงใหม่	1 มกราคม	22:00 น.	A12
วันที่ออกตั๋ว	ถึง	กรุงเทพฯ	ประเภทรถ	หมายเหตุ	ผู้จำหน่ายตั๋ว
27 ธ.ค. 2561			VIP	-	นัฏฐ์ชวัล

(50) 录音

ก. คุณสุนี คุณช่วยจองตั๋วเครื่องบินไปภูเก็ตให้ผมด้วย ผมจะต้องไปดูงาน 3 วัน คุณก็ต้องไปกับผมด้วยนะ

ข. ได้ค่ะ ท่านประธาน เดินทางวันไหนหรือคะ

ก. ไปดูงานวันที่ 12 มิถุนายน ผมอยากจะเดินทางไปล่วงหน้าสักหนึ่งวัน ออกตอนเช้าเลย ของผมตั๋วชั้นหนึ่งนะ

ข. ท่านประธานคะ ดิฉันดูตั๋วในเวปไซต์ ขาไปไม่มีตั๋วชั้นหนึ่งแล้วค่ะ เปลี่ยนเป็นชั้นประหยัดได้ไหมคะ

ก. เอาอย่างนั้นก็ได้

ข. ดิฉันจองตั๋วขาไป-ขากลับของสายการบินไทย ขาไปเป็นชั้นประหยัด เครื่องออกเวลาสิบโมงครึ่ง ขึ้นเครื่องที่ท่าอากาศยานสุวรรณภูมิ รวมราคา 6,500 บาท ส่วนขากลับตั๋วชั้นหนึ่ง เดินทางวันที่ 14 เวลาสองทุ่ม รวมค่าใช้จ่ายทั้งหมด 15,716 บาท จองตั๋วเครื่องบินเรียบร้อยแล้วค่ะท่านประธาน

ก. ขอบใจมาก อย่าลืมเตรียมเอกสารให้ผมด้วยนะ

ข. ท่านประธานมีอะไรจะสั่งเพิ่มเติมอีกไหมคะ

ก. ไม่มีแล้วครับ เชิญคุณตามสบาย

答案

(1) ×　　(2) √　　(3) ×　　(4) √　　(5) ×　　(6) ×

(7) ×

🎧51 录音

ผู้โดยสาร: ผมอยากจะจองตั๋วเครื่องบินไปเมืองซิดนีย์ วันที่ 18
เดือนกรกฎาคมครับ มีบินตรงไหมครับ

พนักงาน: ไม่มีค่ะ ต้องเปลี่ยนเครื่องที่สิงคโปร์หรือไม่ก็มาเลเซียค่ะ
คุณสะดวกเส้นทางไหนดีคะ

ผู้โดยสาร: ระยะเวลาเปลี่ยนเครื่องของสองประเทศนี้ต่างกันยังไงครับ

พนักงาน: ดิฉันแนะนำให้เปลี่ยนเครื่องที่สิงคโปร์ดีกว่าค่ะ ใช้เวลาประมาณ
1 ชั่วโมง แต่ถ้าไปเปลี่ยนเครื่องที่มาเลเซียใช้เวลาประมาณ 3
ชั่วโมงครึ่งค่ะ

ผู้โดยสาร: เอางั้นก็ได้ครับ มีไฟลท์ช่วงบ่ายไหมครับ

พนักงาน: ถ้าช่วงบ่ายมีสองเที่ยวค่ะ คือบ่ายสามสิบห้ากับบ่ายสี่ยี่สิบค่ะ

ผู้โดยสาร: ถ้าผมบินบ่ายสามสิบห้าจะถึงซิดนีย์กี่โมงครับ

พนักงาน: ถึงตีหนึ่งครึ่ง ตามเวลาที่ซิดนีย์ค่ะ

ผู้โดยสาร: ดึกมากเลยนะครับ เอาอย่างนี้แล้วกันครับ รบกวนคุณช่วย
เช็คเที่ยวบินที่บินถึงซิดนีย์ไม่เกินสามทุ่มให้หน่อยได้ไหมครับ

พนักงาน: ได้ค่ะ คุณต้องขึ้นเครื่องที่สุวรรณภูมิ เวลาแปดนาฬิกา
และเปลี่ยนเครื่องที่มาเลเซีย เครื่องออกจากมาเลเซียสิบเอ็ด
นาฬิกาสามสิบนาที ถึงซิดนีย์ ประเทศออสเตรเลีย สิบเก้านาฬิ
กาสามสิบนาที ตามเวลาท้องถิ่นค่ะ คุณต้องการตั๋วโดยสารแบบไหนคะ

ผู้โดยสาร: ผมขอชั้นธุรกิจครับ

พนักงาน: ได้ค่ะ ขอหนังสือเดินทางด้วยค่ะ จองตั๋วเครื่องบินให้เรียบร้อย
แล้วนะคะ ทั้งหมด 45,200 บาทค่ะ กระเป๋าเดินทางโหลดได้
30 กิโลค่ะ

ผู้โดยสาร: ผมต้องรับกระเป๋าตอนเปลี่ยนเครื่องที่มาเลเซียไหมครับ แล้วสายการบินมีบริการอาหารฟรีบนเครื่องไหมครับ

พนักงาน: รับกระเป๋าที่ซิดนีย์ ออสเตรเลียเลยค่ะ บนเครื่องมีบริการอาหารฟรีค่ะ ระหว่างรอขึ้นเครื่อง คุณสามารถนั่งรอที่ห้องรับรองได้นะคะ มี wifi อาหาร และเครื่องดื่มบริการฟรีด้วยค่ะ

ผู้โดยสาร: ขอบคุณครับ

答案

(1) ง (2) ง (3) ค (4) ข (5) ค

52 录音

ก. 11 โมงแล้วหรือคะ

ข. สุนี ทำไมคุณช้าแบบนี้ล่ะ เราต้องเช็คเอ๊าท์โรงแรม และต้องนั่งรถไปสนามบินอีกเกือบหนึ่งชั่วโมง เดี๋ยวก็ตกเครื่องหรอก

ก. ขอโทษจริง ๆ ค่ะท่าน ดิฉันลืมตั้งนาฬิกาปลุก

ข. น้อง เช็คเอ๊าท์สองห้องครับ

ค. ได้ค่ะ รอสักครู่นะคะ

ข. นี่ก็เกือบ 20 นาทีแล้ว ต้องรออีกนานไหมครับ ผมต้องรีบไปสนามบิน

ค. เรียบร้อยแล้วค่ะ นี่เงินค่าประกันห้อง 500 บาทค่ะ เรามีบริการรถไปส่งที่สนามบินนะคะ อีก 20 นาทีรถจะออกค่ะ

ก. ไม่เป็นไรค่ะ ฉันเกรงว่าจะไม่ทัน เราเรียกแท็กซี่ไปดีกว่าค่ะ

（在机场）

ก. สวัสดีค่ะ เที่ยวบิน TG112 ไปกรุงเทพฯค่ะ

ค. ขอโทษด้วยนะคะ เคาท์เตอร์ปิดบริการแล้วค่ะ คราวหลังคุณต้องมาโหลดกระเป๋าก่อนเวลาเครื่องออก 1 ชั่วโมงนะคะ

ก. คุณประชาคะ เช็คอินไม่ทันแล้วค่ะ เราตกเครื่อง เคาท์เตอร์สนามบินก็ปิดแล้ว

ข. นี่เป็นเพราะคุณคนเดียว เราถึงขึ้นเครื่องไม่ทัน คุณทำงานยังไง ไม่มีความรับผิดชอบเอาเสียเลย

ก. ดิฉันขอโทษจริง ๆ ค่ะ ขอโทษค่ะ ท่านอย่าไล่ดิฉันออกเลยนะคะ

บทที่ ๑๐ การเที่ยวเมืองไทย
第十课 泰国旅游

53 录音

ก. ตะวัน ปิดเทอมฤดูร้อนนี้เราไปเที่ยวกันดีไหม

ข. ไปเที่ยวที่ไหนหรือ คำแก้ว

ก. ร้อน ๆ แบบนี้ก็ต้องไปเที่ยวทะเลสิ

ข. ผมไม่อยากไป เธอชวนคนอื่นเถอะ

ก. ไปหลาย ๆ คนจะได้สนุก ๆ วันหยุดทั้งทีออกไปเปิดหูเปิดตาบ้าง อุดอู้อยู่แต่ที่บ้านไม่เบื่อหรือไง

ข. แล้วเธอจะไปเที่ยวที่ไหนบ้างล่ะ

ก. ฉันอยากไปภาคใต้ ได้ยินมานานแล้วว่า ที่นั่นน้ำทะเลใสมาก โดยเฉพาะฝั่งทะเลอันดามัน อาหารทะเลก็สด ที่ฉันวางแผนไว้คือ ไปเที่ยวภูเก็ต 2 วัน ไปกระบี่อีก 3 วัน

ก. มีใครไปบ้างล่ะ

ข. มี มะลิ มานะ แป้งหอมกับแฟน

ก. ต้องใช้เงินประมาณเท่าไรหรือ

ข. คนละประมาณ 15,000 บาท

ก. ผมขอคิดดูก่อนนะ

答案

(1) ง (2) ค (3) ก (4) ง (5) ข

54 录音

ผู้หญิง: ขอโทษนะคะพี่ หนูจะไปพระบรมมหาราชวังค่ะ ต้องไปทางไหนคะ

ผู้ชาย: ไม่ยากเลยครับ น้องขึ้นรถไฟฟ้า BTS แล้วต่อด้วยเรือก็ถึงแล้วครับ

ผู้หญิง: พี่คะ หนูไม่ใช่คนที่นี่ค่ะ ช่วยบอกเส้นทางละเอียดหน่อยได้ไหมคะ

ผู้ชาย: น้องขึ้นรถไฟฟ้า BTS ไปลงสถานีสะพานตากสิน ทางออกที่ 2 นะครับ จากนั้นเดินไปทางแม่น้ำเจ้าพระยา ใต้สะพานมีท่าเรือสาทร ลงเรือด่วนเจ้าพระยาธงสีส้ม และขึ้นเรือที่ท่าช้าง เดินออกจากท่าเรือ จะเห็นวัดพระแก้วอยู่ทางขวามือครับ

ผู้หญิง: หนูไปพระบรมมหาราชวังค่ะ ไม่ใช่วัดพระแก้ว

ผู้ชาย: วัดพระแก้วอยู่ในบริเวณพระบรมมหาราชวังครับ

ผู้หญิง: ขอบคุณมากค่ะ

答案

(1) × (2) √ (3) √ (4) × (5) × (6) ×

55 录音

ตลาดน้ำดำเนินสะดวก เป็นหนึ่งในคำขวัญของจังหวัดราชบุรี เป็นตลาดน้ำที่เก่าแก่นับร้อยกว่าปีของไทย และมีชื่อเสียง ไปไกลถึงต่างประเทศ ใช้เป็นฉากหนังหรือถ่ายแบบในหลายครั้ง ซึ่งตั้งอยู่ในจังหวัดราชบุรี และยังเชื่อมไปถึงจังหวัดสมุทรสาคร และจังหวัดสมุทรสงคราม ทำให้ประชาชนในสามจังหวัดนี้ติดต่อ ถึงกันโดยสะดวก ตลาดน้ำดำเนินสะดวกจะเริ่มค้าขายกันตั้งแต่ ตีห้าถึงเที่ยงวัน สินค้าที่มีให้เลือกซื้อก็จะมีทั้งของกิน ของใช้ และ ของที่ระลึกมากมาย รวมถึงสินค้าหัตถกรรม ซึ่งเป็นที่นิยมของชาวต่างชาติ เป็นตลาดน้ำที่มีมนต์ขลัง เพราะเป็นตลาดน้ำที่เป็นวิถีชีวิตจริง ไม่ใช่ของเทียมจัดฉากขึ้น พ่อค้าแม่ค้าที่นี่ยังคงนำผลไม้จากสวนมาขายหรือรับมาจากที่อื่น ถึงแม้บางอย่างจะเปลี่ยนไปบ้าง แต่ก็ยังเป็นวิถีชีวิตของคนย่านนี้ที่น่าไปชม

答案

(1) ก (2) ค (3) ข (4) ง (5) ก

56 录音

ถ้าจะพูดถึงสถานที่ที่นักเดินทางทั้งมืออาชีพและมือสมัครเล่นอยากจะไปสัมผัสให้ได้สักครั้งหนึ่งในชีวิต ชื่อของอุทยานแห่งชาติดอยอินทนนท์

หรือดอยอินทนนท์ ก็น่าจะอยู่ในอันดับต้น ๆ เพราะไม่ว่าจะรักการเที่ยว
แบบชิลล์ ๆ หรือลุย ๆ สถานที่ท่องเที่ยวยอดฮิตแห่งนี้ ก็พร้อมต้อนรับ
ด้วยความงดงามของธรรมชาติอย่างแท้จริง ไม่ว่าจะเป็นความอุดมสมบูรณ์
ของป่าใหญ่ดึกดำบรรพ์ สภาพอากาศที่หนาวเย็นและชุ่มฉ่ำตลอดทั้ง
ปี ใครที่เดินทางมาเที่ยวจะต้องประทับใจกับสีสันของใบไม้ป่าผลัดใบ
ที่กำลังจะผลัดใบในช่วงปลายปี

答案

(1) $\checkmark$ (2) $\checkmark$ (3) $\checkmark$ (4) $\times$ (5) $\checkmark$ (6) $\times$

 57 录音

    ประเทศไทย ถือเป็นเมืองพุทธ เนื่องจากคนไทย 94% นับถือศาสนาพุทธ
และสถานที่ที่สำคัญนั้นก็คือ วัดวาอาราม ในประเทศไทยมีวัดมากกว่า 33,902
วัด เป็นสถานที่ที่ประกอบกิจกรรมทางศาสนาพุทธ เราจะเห็นงานประติมา
กรรมที่เป็นเอกลักษณ์ของไทยภายในวัดมีจิตรกรรมฝาผนังที่วาดได้อย่างสวยงาม
และด้วยความสวยงามของวัด จึงดึงดูดนักท่องเที่ยวได้ ไม่น้อย ชาวต่างชาติ
ที่เดินทางมาเมืองไทย ต้องมาชมความงามของวัดไทย ที่สะท้อนถึงวัฒนธรรม
และความเชื่อของคนไทย

答案

(1) ข   (2) ง   (3) ข   (4) ก   (5) ค

บทที่ ๑๑ เทศกาลของไทย
第十一课 泰国节日

58 录音

ก. โอ้โห เชียงใหม่สวยมากเลยนะครับ ผมเพิ่งมาที่นี่ครั้งแรก ต้นไม้ข้างทาง
ตึกรามบ้านช่องประดับโคมไฟสวยมาก

ข. พรุ่งนี้วันลอยกระทง ที่เชียงใหม่ผู้คนก็จะตกแต่งประดับโคมไฟสวยงาม

แบบนี้แหละ

ก. วันลอยกระทง คือวันอะไรหรือครับ

ข. เป็นวันที่คนไทยจะนำกระทงมาลอยในแม่น้ำ เพื่อขอขมาพระแม่คงคา ที่เราได้ใช้น้ำไปตลอดทั้งปี ตรงกับวันขึ้น 15 ค่ำเดือน 12

ก. แล้วกระทงนี่ หน้าตาเป็นยังไงหรือครับ

ข. กระทงทำมาจากต้นกล้วยกับใบตองจ้ะ เราจะเอาต้นกล้วยมาทำเป็นฐานกระทง เพราะมันทุ่นน้ำได้ และนำใบตองมาพับสวยงาม ตกแต่งด้วยดอกไม้ต่าง ๆ วางธูปและเทียนลงไป

ก. คำแก้วสอนผมทำด้วยได้ไหมครับ

ข. ได้สิ

ก. ลอยกระทงมีเฉพาะจังหวัดเชียงใหม่หรือเปล่าครับ

ข. เปล่าจ้ะ จัดงานลอยกระทงทั่วประเทศเลย

ก. แล้วนอกจากเอากระทงไปลอยแล้ว คนไทยมักจะทำอะไรอีกไหมครับ

ข. จะมีการประกวดนางนพมาศจ้ะ จุดพลุ เล่นไฟ สนุกสนานมาก อ้อ! อีกอย่างหนึ่งที่มีชื่อเสียงมากสำหรับจังหวัดเชียงใหม่ คือ การปล่อยโคมลอย

ก. ผมตื่นเต้นแล้วสิ

答案

(1) ×　　(2) ×　　(3) ×　　(4) √　　(5) ×　　(6) ×

59 录音

(เสียงโทรศัพท์)

ก. ฮัลโหล คำแก้ว ผมมานะครับ วันสงกรานต์ตรงกับวันที่เท่าไรหรือ

ข. สวัสดี มานะ ตรงกับวันที่ 13-15 เมษายน

ก. ผมว่าจะไปเมืองไทยก่อนวันสงกรานต์สักหนึ่งวัน

ข. งั้นดีเลย ฉันจะพาเธอไปเล่นสาดน้ำที่ถนนข้าวสาร ที่นั่นมีทั้งคนไทยและชาวต่างชาติ เล่นน้ำกันอย่างสนุกสนาน

ก. แล้วนอกจากเล่นน้ำสงกรานต์ คนไทยทำอย่างอื่นอีกไหมครับ

ข. ปกติเราจะไปวัดตอนเช้า ขนทรายเข้าวัด ก่อพระเจดีย์ทราย ทำบุญตักบาตร ปล่อยนกปล่อยปลา และรดน้ำผู้ใหญ่จ้ะ

ก. ไปวัดผมพอเข้าใจนะ แต่ทำไมต้องขนทรายไปวัดด้วย

ข. ในสมัยก่อน มีเรื่องเล่าขานกันว่า ทุกคนเมื่อเข้าวัดมาแล้ว เวลาเดินออกจากวัดจะมีเม็ดทรายติดเท้าออกไปด้วย ซึ่งนับได้ว่าเป็นการนำของออกจากวัด จึงมีความเชื่อในเรื่องของการขนทรายเข้าวัด หรือการก่อพระเจดีย์ทราย เพื่อเป็นการคืนทรายให้กับทางวัดนั่นเอง

ก. อ๋อ! เป็นอย่างนี้นี่เอง แล้วทำไมต้องรดน้ำผู้ใหญ่ด้วยล่ะครับ หมายถึงสาดน้ำผู้ใหญ่หรือเปล่า

ข. ไม่ใช่จ้ะ วันสงกรานต์ก็เหมือนกับวันตรุษจีนของคนจีนนั่นแหละ เรารดน้ำผู้ใหญ่คือ เราจะเอาน้ำอบไทยผสมน้ำแล้วรดบนมือของผู้ใหญ่ และท่านก็จะให้พรเราจ้ะ

ก. ผมต้องเตรียมตัวยังไงบ้างครับ

ข. วันสงกรานต์คนไทยชอบใส่เสื้อลายดอกไม้ สีสันสดใส ถ้ามานะไม่มีมาซื้อที่เมืองไทยก็ได้นะ แล้วเวลาไปเล่นน้ำสงกรานต์ต้องระวังของมีค่าของตัวเองด้วย เพราะคนเยอะมาก

答案

(1) ข (2) ก (3) ค (4) ง

60 录音

ผีตาโขน เป็นเทศกาลที่จัดขึ้นในอำเภอด่านซ้าย จังหวัดเลย ซึ่งตั้งอยู่ทางภาคอีสานของประเทศไทย เป็นเทศกาลที่เกิดขึ้นในเดือน 7 ซึ่งมักจัดมากกว่าสามวัน ช่วงระหว่างเดือนมีนาคมและกรกฎาคม คนอีสานมักเรียกว่า งานบุญหลวง

เดิมผีตาโขนนั้น มีชื่อเรียกว่า ผีตามคน เป็นเทศกาลที่ได้รับอิทธิพลมาจากมหาเวสสันดรชาดก ในทางพระพุทธศาสนา พระเวสสันดรและพระนางมัทรีจะเดินทางออกจากป่ากลับสู่เมืองหลวง บรรดาสัตว์ป่ารวมถึงภูติผีที่อาศัย

อยู่ในป่านั้น ได้ออกมาส่งพร้อมกับกลุ่มคน จึงเป็นที่มาของชื่อเทศกาลผีตามคนหรือผีตาโขน

ในเทศกาลนี้ ผู้ชายจะแต่งกายคล้ายผีและปีศาจ สวมหน้ากากขนาดใหญ่ที่ทำจากไม้หรือกาบมะพร้าวแกะสลัก ร้องเล่น เต้นรำ ไปตามถนนอย่างสนุกสนาน

答案

(1) งานบุญหลวง

(2) ผีตามคน

(3) 3 วัน

(4) ทำจากไม้หรือกาบมะพร้าวแกะสลัก

(5) อ.ด่านซ้าย จ.เลย

61 录音

เทศกาลกินเจ เป็นเทศกาลหนึ่งที่มีชื่อเสียงมากในเมืองไทย จะจัดขึ้นที่ จังหวัดภูเก็ต เทศกาลกินเจ ในภาษาจีนเรียกว่า "九皇斋节" หรือบางแห่งเรียกว่า ประเพณีถือศีลกินผัก เป็นประเพณีแบบลัทธิเต๋า รวม 9 วัน คือ เริ่มต้นตั้งแต่วันขึ้น 1 ค่ำ ถึงขึ้น 9 ค่ำ เดือน 9 มีจุดเริ่มต้นมาจากประเทศจีน ปัจจุบันเทศกาลกินเจจัดขึ้นในประเทศเอเชียตะวันออกเฉียงใต้ ได้แก่ สิงคโปร์ มาเลเซีย ไทย อินโดนีเซีย และอาจมีในบางประเทศของเอเชีย เช่น ภูฏาน ญี่ปุ่น เกาหลี และประเทศจีน

มีการจัดงานอย่างยิ่งใหญ่ ประชาชนจะนุ่งขาวห่มขาวถือศีล งดกินเนื้อสัตว์ มีการประกอบพิธีกรรมต่าง ๆ ทั้งพิธีปีนบันไดมีด การลุยไฟ เป็นต้น และมีชื่อเสียงโด่งดังไปทั่วโลก

答案

(1) วันขึ้น 1 ค่ำเดือน 9

(2) จังหวัดภูเก็ต

(3) ประเทศจีน

(4) สิงคโปร์ มาเลเซีย ไทย อินโดนีเซีย

(5) งดกินเนื้อสัตว์

บทที่ ๑๒ อาหารไทยสี่ภาค

第十二课　泰国四部美食

62 录音

อาหารไทยภาคเหนือ

ในอดีตบริเวณภาคเหนือของไทย เคยเป็นส่วนหนึ่งของอาณาจักรล้านนามาก่อน ช่วงที่อาณาจักรแห่งนี้เรืองอำนาจ ได้แผ่ขยายอาณาเขตเข้าไปยังประเทศเพื่อนบ้าน เช่น พม่า ลาว และมีผู้คนจากดินแดนต่าง ๆ อพยพเข้ามาตั้งถิ่นฐานในดินแดนแห่งนี้ จึงได้รับวัฒนธรรมจากหลากหลายชนชาติเข้ามาในชีวิตประจำวัน รวมทั้งอาหารการกินด้วย

อาหารของภาคเหนือ ประกอบด้วยข้าวเหนียวเป็นอาหารหลัก มีน้ำพริกชนิดต่าง ๆ เช่น น้ำพริกหนุ่ม น้ำพริกอ่อง มีแกงหลายชนิด เช่น แกงโฮะ แกงแค นอกจากนั้นยังมีแหนม ไส้อั่ว แคบหมู และผักต่าง ๆ สภาพอากาศก็มีส่วนสำคัญที่ทำให้อาหารพื้นบ้านภาคเหนือแตกต่างจากภาคอื่น ๆ นั่นก็คือ การที่อากาศหนาวเย็นเป็นเหตุให้อาหารส่วนใหญ่มีไขมันมาก เช่น น้ำพริกอ่อง แกงฮังเล ไส้อั่ว เพื่อช่วยให้ร่างกายอบอุ่น อีกทั้งการที่อาศัยอยู่ในหุบเขาและบนที่สูงอยู่ใกล้กับป่า จึงนิยมนำพืชพันธุ์ในป่ามาปรุงเป็นอาหาร เช่น ผักแค บอน หยวกกล้วย ผักหวาน ทำให้เกิดอาหารพื้นบ้านชื่อต่าง ๆ เช่น แกงแค แกงหยวกกล้วย แกงบอน และการรับประทานอาหารของคนภาคเหนือมักจะนั่งทานแบบขันโตก

答案

(1) พม่าและลาว

(2) ข้าวเหนียว

(3) เพราะสภาพอากาศที่หนาวเย็น

(4) แบบขันโตก

(5) น้ำพริกอ่อง แกงฮังเล น้ำพริกหนุ่ม แกงหยวกกล้วย แกงบอน

63 录音

อาหารภาคอีสาน

สภาพภูมิศาสตร์ของภาคตะวันออกเฉียงเหนือหรือภาคอีสาน มีผลต่ออาหารการกินของคนท้องถิ่นอย่างมาก เนื่องจากพื้นที่บางแห่งแห้งแล้ง วัตถุดิบที่นำมาประกอบอาหารจึงหาได้ตามธรรมชาติส่วนใหญ่ ได้แก่ ปลา แมลงบางชนิด พืชผักต่าง ๆ การนำวิธีการถนอมอาหารมาใช้เพื่อรักษาอาหารไว้กินนาน ๆ จึงเป็นส่วนสำคัญในการดำรงชีพของคนอีสาน

ชาวอีสานจะมีข้าวเหนียวเป็นอาหารหลักเช่นเดียวกับภาคเหนือ เนื้อสัตว์ที่นำมาปรุงอาหาร ได้แก่สัตว์ที่หามาได้ เช่น กบ เขียด แมลงต่าง ๆ ที่มาของรสชาติอาหารอีสาน เช่น รสเค็มได้จากปลาร้า รสเผ็ดได้จากพริกสดและพริกแห้ง รสเปรี้ยวได้จากมะกอกและมะขาม ในอดีตคนอีสานนิยมหมักปลาร้าไว้กินเองเพราะมีปลาอุดมสมบูรณ์ ประกอบกับเป็นแหล่งเกลือสินเธาว์ ทำให้การทำปลาร้าเป็นที่แพร่หลายมาก จากปลาร้าพื้นบ้านอีสานได้มีการพัฒนาทั้งวิธีการทำและรสชาติ จนกลายเป็นต้นตำรับปลาร้าที่ส่งขายต่างประเทศในปัจจุบัน

答案

(1) ภาคอีสาน

(2) เนื่องจากพื้นที่บางแห่งแห้งแล้ง

(3) กบ เขียด แมลงต่าง ๆ

(4) ปลาร้า

64 录音

อาหารไทยภาคใต้

อาหารพื้นบ้านภาคใต้ทั่วไป มีลักษณะผสมผสานระหว่างอาหาร

ไทยพื้นบ้านกับอาหารอินเดีย เช่น น้ำบูดู ซึ่งได้มาจากการหมักปลาทะเลสดผสมกับเม็ดเกลือ และมีความคล้ายคลึงกับอาหารมาเลเซีย อาหารของภาคใต้จึงมีรสเผ็ดมากกว่าภาคอื่น ๆ และด้วยสภาพภูมิศาสตร์อยู่ติดทะเลทั้งสองด้านจึงมีอาหารทะเลอุดมสมบูรณ์ แต่สภาพอากาศร้อนชื้น ฝนตกตลอดปี อาหารประเภทแกงและเครื่องจิ้มจึงมีรสจัด ช่วยให้ร่างกายอบอุ่น ป้องกันการเจ็บป่วยได้อีกด้วย

อาหารของภาคใต้จะมีรสเผ็ดมากกว่าภาคอื่น ๆ แกงที่มีชื่อเสียงของภาคใต้ คือ แกงเหลือง แกงไตปลา ผัดสะตอ เครื่องจิ้มก็คือ น้ำบูดู และชาวใต้ยังนิยมนำน้ำบูดูมาคลุกข้าวเรียกว่า “ข้าวยำ” มีรสเค็มนำและมีผักสดหลายชนิดประกอบ ส่วนอาหารทะเลสดของภาคใต้นั้นมีมากมาย ได้แก่ ปลา หอยนางรม และกุ้งมังกร เป็นต้น

答案

(1) ประเทศมาเลเซีย

(2) น้ำบูดู

(3) รสเผ็ด

(4) แกงไตปลา แกงเหลือง

65 录音

อาหารไทยภาคกลาง

เนื่องจากสภาพภูมิศาสตร์ของภาคกลางเป็นที่ราบลุ่ม มีแม่น้ำลำคลองหนองบึงมากมาย จึงเป็นแหล่งอาหารทั้งพืชผักและสัตว์น้ำนานาชนิด พื้นที่บางส่วนติดชายฝั่งทะเล ทำให้วัตถุดิบในการประกอบอาหารหลากหลายและอุดมสมบูรณ์ อาหารภาคกลางมีความหลากหลายทั้งในการปรุงรสชาติและการตกแต่งให้น่ารับประทาน

อาหารภาคกลางได้รับและปรับเปลี่ยนวัฒนธรรมจากภายนอก เช่น จีน อินเดีย ประเทศตะวันตก อีกทั้งบางส่วนได้รับอิทธิพลมาจากอาหารของราชสำนักอีกด้วย สำรับอาหารภาคกลางมักจะมีน้ำพริกและผักจิ้ม โดยรับประทานข้าวสวยเป็นหลัก ลักษณะอาหารที่รับประทานมักผสม

ผสานระหว่างภาคต่าง ๆ และมักใช้กะทิใส่อาหารประเภทแกงเผ็ดทุกชนิด เช่น แกงเขียวหวาน นอกจากนี้มีอาหารขึ้นชื่อ เช่น แกงส้ม แกงเลียง แกงป่า แกงจืด

答案

(1) เป็นที่ราบลุ่ม มีแม่น้ำลำคลอง หนองบึงมากมาย

(2) จีน อินเดีย ชาวตะวันตก

(3) กะทิ

(4) แกงเขียวหวาน แกงเลียง แกงส้ม แกงป่า แกงจืด

图书在版编目（CIP）数据

新编泰国语听力教程 / 李莉，陈锡尔主编.—南宁：
广西教育出版社，2019.12
ISBN 978-7-5435-8665-9

Ⅰ. ①新… Ⅱ. ①李… ②陈… Ⅲ. ①泰语—听说教
学—高等学校—教材 Ⅳ. ①H412.94

中国版本图书馆 CIP 数据核字 (2019) 第 206289 号

策划组稿：陈文华　　　　　　装帧设计：梁伟琪
责任编辑：朱　滔　　　　　　责任校对：石　刚

出 版 人：石立民
出版发行：广西教育出版社
地　　址：广西南宁市鲤湾路 8 号　　邮政编码：530022
电　　话：0771-5865797
本社网址：http://www.gxeph.com
电子信箱：gxeph@vip.163.com
印　　刷：广西彩丰印务有限公司
开　　本：890mm×1240mm　1/32
印　　张：3.75
字　　数：100 千字
版　　次：2019 年 12 月第 1 版
印　　次：2019 年 12 月第 1 次印刷
书　　号：ISBN 978-7-5435-8665-9
定　　价：19.80 元

如发现印装质量问题，影响阅读，请与出版社联系调换。